योगासने आणि आरोग्य

आचार्य भगवान देव

डायमंड बुक्स

www.diamondbook.in

© प्रकाशकाधीन

प्रकाशक : **डायमंड पॉकिट बुक्स(प्रा.)लि.**
X-30, ओखला इंडस्ट्रियल एरिया, फेज-2
नई दिल्ली-110020.
फोन : 011-40712200,
ई-मेल : sales@dpb. in
वेबसाइट : www. diamondbook.in

Yogashan Aur Swasthya (Marathi)

By : *Acharya Bhagawan Dev*

अर्पण

डॉक्टरांकडे उपचारासाठी जाण्याऐवजी
योगाभ्यास करून निरोगी राहू इच्छिणाऱ्या सर्वांना

भूमिका

जगण्याच्या धावपळीत प्रत्येक जण तणावाखाली जगत असतो. तणावामुळे अनेक प्रकारचे मानसिक आणि शारीरिक विकार निर्माण होतात. आजारी व्यक्तीचे आरोग्यासबोतच सौंदर्यही क्षीण क्षीण होत जाते. आरोग्य आणि सौंदर्यसाठी योगाची उपयुक्तता लक्षात घेता, लोकांचा योगाकड़े सातत्याने कल वाढत आहे. क़ोणताही सौंदर्योपचार स्थायी स्वरुपाचा परिणाम देत नाही. योग हेच असे एकमेव साधन आहे, ज्यामुळे तुम्ही कायमस्वरुपी आणि नैसर्गिक सौंदर्य मिळवू शकता. याचा नियमित सराव आपल्याला तन, मन आणि आत्मा या तिन्ही पातळयांवरील सक्षम आरोग्य देतो.

भारतीय समाजातील कोणत्याही योग तत्त्वज्ञानात योगांच्या नऊ योगांचे वर्णन करण्यात आले आहे, - सहज योग, मंत्र योग, राज योग, हट योग, लय योग, ध्यान योग, ज्ञान योग, भक्ती योग, कर्मयोग आणि नोधा भक्ती. योगावर चर्चा सुरू झाली की आपल्या डोळयांसमोर सहजच स्वामी आणि योग गुरूची प्रतिमा उभी राहते. योग आणि योगी भारतीय संस्कृतिचा अविभाज्य भाग आहेत. भारतीय योगशास्त्रामध्ये असे नमूद करण्यात आले आहे की, योग ही अशी विद्या आहे, ज्यामुळे माणसाचा शारीरिक आणि मानसिक विकास होतो. हा आपल्याला रोगापासून वाचविण्याचा आणि दूर ठेवण्याचा साधा आणि सोपा उपाय आहे.

२१ जून २०१५ रोजी 'अंतरराष्ट्रीय योग दिवस' घोषित करणे ही या वर्षातील एक अतिशय महत्त्वाची घटना आहे. ज़्याला जगातील सर्व देशांची मान्यता मिळण्याबरोबरच भारतीय पंतप्रधान नरेंद्र मोदींचे खूप मोठ्या प्रमाणात कौतुकही झाले. क़ारण हा त्यांच्याच प्रयत्नाचा परिणाम होता, की भारताला जागतिक स्तरावर आणखी एक नवीन ओळख मिळाली.

राजपथ, ज्याला इंडिया गेट किंवा २६ जानेवारीच्या संचालनाचे ठिकाण म्हणून खूप महत्त्व आहे तसेच त्यामुळेच लोक त्याला ओळखतात. २१ जून २०१५ रोजी अंतरराष्ट्रीय योग दिनाच्या निमित्ताने या ठिकाणाने आपली नवीन ओळखच निर्माण केली असे नाही तर एक विश्व विक्रम नोंदवून जागतिक स्तरावर भारताच्या ओळखीला नवीन आयाम दिला.

या दिवशी राजपथावर ३५,९८५ लोकांनी पंतप्रधान नेरंद्र मोदींसह सामूहिक

योग करून फक्त नवीन जागतिक विक्रमच नोंदविला असे नाही, तर भारतीय संस्कृतीचे प्रतिक असेलेला 'योग' जगाच्या कानाकोपऱ्यात पोहचविण्याचे काम केले. या दिवशी जगातील १९२ देशांमधील २५१ शहरांमध्ये योगाचे सामुहिक कार्यक्रम आयोजित करण्यात आले. यामध्ये ४६ मुस्लिम देशही होते. २१ जून रोजी जगभरात एकूण सुमारे २ कोटी लोकांनी योगासने केली. एकाच वेळी योगाची अशी गर्जना कधी ऐकली नव्हती, जी २१ जून २०१५ रोजी ऐकायला मिळाली.

या दिवसाचा पाया पंतप्रधान नरेंद्र मोदींनी २७ सप्टेंबर २०१४ रोजी संयुक्त राष्ट्र संघात दिलेल्या आपल्या पहिल्या भाषणात प्रस्तावित केली होती. या प्रस्तावानंतर काही दिवसांनी भारत सरकारला असे विचारण्यात आले की, आंतरराष्ट्रीय योग दिवस म्हणून कोणता दिवस घोषित केला जाऊ शकतो? याबाबतचा निर्णय स्वामी रामदेवजी यांच्यासोबत पतंजली योगपीठामध्ये घेण्यात आला. स्वामी रामदेव यांनी २१ जून हा दिवस असे म्हणून सूचविला की, 'हा दिवस वर्षातील सर्वात मोठा दिवस असतो आणि योगही माणसाला दीर्घ आयुष्य प्रदान करतो.' बाबा रामदेव यांनी सूचविलेला हा दिवस पंतप्रधान मोदी आणि भारत सरकारने स्वीकारून संयुक्त राष्ट्र संघाकडे पाठविण्यात आला. त्यांनी तो स्वीकारला आणि २१ जून रोजी अंतरराष्ट्रीय योग दिवस जाहीर करण्यात आला.

मोदींच्या जीवनात योगाची संगत मागील २६ वर्षांपासून आहे. ही गोष्ट त्यानी राजपथावर योगासने सुरू करण्यापूर्वी केलेल्या भाषणात सांगितली. ते म्हणाले, 'योग माझ्या जीवनातील आधार आहे. मी अनेक वर्षांपासून योगासने करीत आहे आणि त्यामुळे माझ्या जीवनात खूप परिवर्तन आले आहे. ... योग व्यवस्था नाही तर अवस्था आहे. ...योगामुळे शांतता मिळते. ... जर मेंदू हे शरीराचे मंदिर असेल तर योग सुंदर मंदिराचे निर्माण करते. ... या गोष्टीचे अनेक पुरावे आहेत की, योगामुळे अनेक गुंतागुंतीचे आजार आणि तणावाशी लढायला मदत मिळते.'

योगदिनाबद्दल मोदी असही म्हणाले, 'योग दिवस प्रेम, शांतता आणि एकतेचे प्रतिक आहे. या कार्यक्रमाचा उद्देश मानवी कल्याणाबरोबरच ज़गाला तणावमुक्त करणे आणि सदभावना संदेश पोहचविणे आहे.' पतंप्रधानांनी या दिनांनिमित्त लोकांना शुभेच्छा देताना त्यांना योगाला आपल्या जीवनातील अविभाज्य भाग बनविण्याचा संकल्प करण्याची विनंतीही केली.

प्रकाशकीय

निरोगी जगण्याची कला

भारतीय तत्त्वज्ञानात योग हा अतिशय महत्त्वाचा शब्द आहे. हा शब्द वेद, उपनिषिदे, गीता आणि पुराणांमध्ये आदि काळापासून वापरला गेला आहे. आत्मतत्त्वज्ञान आणि समाधीपासून कर्मक्षेत्रापर्यंत योगाचा व्यापक वापर आपल्या शास्त्रांमध्ये झाला आहे. भारतातील आधुनिक संतांनी तर गीतेतील योगाचा प्रचार सर्व जगात व्यापक प्रमाणात केला आहे. ग़ीतेमध्ये तर योगेश्वर श्रीकृष्णाने योगाचे अनेक अर्थ सादर केले आहेत. अनुकूलता-प्रतिकूलता, सिद्धी-असिद्धी, सफलता-विफलता आणि जय-पराजय या सर्व भावांमध्ये आत्मस्य राहून सम वागण्यालाही योग म्हणतात. महर्षी अरविंद यांचे असे म्हणणे आहे की परमदेवासोबत एकात्मता मिळविण्यासाठी प्रयत्न करणे आणि ते प्राप्त करणे हेच सर्व योगांचे स्वरुप आहे.

भारताचे पंतप्रधान नरेंद्र मोदी यांच्या अथक परिश्रमाचा परिणाम म्हणून २१ जून २०१५ रोजी सर्व जगाने एकाच वेळी एकत्रितरित्या योगदिन साजरा केला. १९२ देशांतील २५१ शहरात एकाच वेळी साजरा करण्यात आलेला पहिला योग दिवस आणि दोन अब्ज लोकांनी आपापल्या पद्धतीने योगसने केली. भारतीय पंतप्रधान नरेंद्र मोदी यांनी दिल्लीत योगासने करून सर्वांना चकीत करून टाकले. त्या दिवशी जवळपास सर्वजग योगमय झाल्याचे दिसून आले. ते गौरवशाली क्षण पाहून प्रत्येक भारतीयाची छाती अभिमानाने भरून गेली. असे म्हणतात की सार्वभौमिक, वैज्ञानिक आणि पंरपरागत ज्ञानाचे नाव धर्म आहे आणि इच्छांपासून मुक्त होणे योग आहे. क़ोणतेही काम एकाग्र चित्ताने करणे म्हणजेही योगच असतो. ज़्याचे ज्ञान आणि आचरण (ज़ाणणे आणि जगणे) यामध्ये फरक असत नाही, तोच खरा योगी होय. ख़रा प्रश्न असा आहे की योग फक्त २१ जून पुरताच मर्यादित रहायला नको. तो आपल्या दैनंदिन जीवनाचा आणि व्यवस्थेचा (शाळा, महाविद्यालये, संरक्षण, इ.) भाग व्हायला हवा आणि त्याचे मानवीकरण व्हायला हवे.

तसेही भारताने घेतलेल्या पुढाकारामुळे रविवार, २१ जून २०१५ रोजी आयोजित केलेल्या पहिल्या योग दिवसाकडे आगामी काळात ग़्लोबल लोकप्रियतेचे उदाहरण म्हणून पाहिले जाणार आहे. इथून पुढे मात्र योगाच्या बाबतीत भारताची जबाबदारी पुष्कळ वाढली आहे, याबद्दल काहीही संशय नाही. मनाला स्थिर आणि चपळ बनविणारे हे शास्त्र ज़गातील वेगवेगळ्या देशात वेगवेगळ्या प्रकारे वापरले जात आहे. भारतातही विविध संस्था आणि आचार्य हे वेगवेगळ्या पद्धतीने सांगत असतात. मानक रुप यासारखी कोणतीही गोष्ट योगाला लागू होत नाही. अर्थात हा बाह्य वेगळेपणा सोडून दिला तर आपल्या अंतःस्वरूपात योग एक जीवन पद्धती आणि तत्त्वज्ञान आहे. ज़े काळाच्या ओघात कोणत्या तरी जंगलात हरवून जात आहे, लुप्त होत आहे. योगाच्या या मूळ आत्म्याची जगाला ओळख करून देण्याचे काम नक्कीच भारताचेच आहे.

– नरेंद्र कुमार वर्मा

nk@dpb.in

अणुक्रमणिका

योग म्हणजे काय आणि त्याची आवश्यकता

भारतीय संस्कृतीच्या प्राचीनत्मक ओळखीपैकी एक योग आहे. हे तेच शास्त्र आहे ज्याच्या आधारावर भारत 'सोन्याची चिमणी' म्हणूनच ओळखला जात नव्हता तर ज़ागतिक गुरू म्हणूनहीपुढे आला होता. भगवान शंकरानंतर वैदिक ऋषी- मुनींपासूनच योगाची सुरुवात समजली जाते. नंतर कृष्ण, बुद्ध, महावीर यांनाही त्याचा आपल्या परीने विस्तार केला. पुढे चालून पतंजलीने ते सर्व व्यवस्थित करून त्याला लिखित स्वरूप दिले. योग सूत्राची रचना केली. जे कोणत्याही माणसासाठी एखाद्या वरदानापेक्षा कमी नाही.

योग काय आहे? .... या विषयी प्रश्न उपस्थित होतो तेव्हा मनडोळ्यासमोर आसन लाऊन बसलेल्या एखाद्या साधू मुनीची प्रतिमा येते. मग आपण असे समजतो की योग फक्त शरीराच्या आडव्या तिरप्या विविध मुद्रांचे नाव आहे. तसेच ते धार्मिक आणि जेष्ठ व्यक्तींनी करण्याची गोष्ट आहे. योगाचा संबंध कोणत्याही विशेष वयाशी, धर्माशी किंवा शरीराच्या आसनाशी नाही तसेच ते एखादे धार्मिक कृत्य किंवा श्रद्धेचा विषय नाही. हे संपूर्ण स्वरूपात शास्त्र असून ते आपल्याला फक्त बाह्य प्रकृती आणि त्याच्या रहस्यांशीच जोडते असे नाही, तर आपल्यात दडलेल्या अंतर्गत ऊर्जेचीही जाणीव करून देते.

योगाचा अर्थ शरीराची विविध आसने असाच नाही, तर आणखीही बरेच काही आहे. योगाचा अर्थ आहे जोड, सांधा, एकात्मता. संस्कृत भाषेतील 'युज' या शब्दापासून योग हा शब्द निर्माण झाला आहे. ज़्याचा अर्थ आहे 'जोडले जाणे.' योग आपले शरीर, मन आणि आत्मा याच्यामध्ये संयम आणि संतुलन निर्माण करतो. तसेच आपले जीवन सोपे आणि सकारात्मक करते. क़ारण अतंर्गत-बाह्य यांच्या या जोडामध्ये शारीरिक आसनांची भूमिका महत्त्वाची असते. त्यामुळे आपल्याला असे वाटते की योगाचा अर्थ आणि त्याची मर्यादा फक्त योगासनापुरतीच आहे. आसने दोन प्रकारची आहेत. पहिल्या श्रेणीच्या आसनांना 'ध्यानासन' आणि दुसऱ्या श्रेणीच्या आसनांना 'आरोग्यासन' म्हणतता.

ज़्या आसनामध्ये बसून मनाला स्थिर करण्याचा प्रयत्न केला जातो ते 'ध्यानासन.' तसेच जी आसने व्यायाम म्हणून केली जातात त्यांना 'आरोग्यसन'' म्हणतात. पतंजली योगसूत्रानुसार :

'योगश्चित वृत्तिनिरोध: '

म्हणजेच चित्तवृत्तींना रोखण्यालाच योग म्हणतात.

तसे योगाचा शब्दश: अर्थ आहे जोड. वास्तवात हा योग म्हणजेही जोडणेच असते, पण कोणाला जोडायचे आहे? कशाशी जोडायचे आहे? असे प्रश्न निर्माण होणे स्वाभाविक आहे.

योगाचा परिणाम असतो, 'आत्मा' आणि 'परमात्म्या' संबंध होणे. म्हणजेच यामुळे आत्म्याचा परमात्म्याशी योग किंवा जोडणे होते. योग श्रद्धा किंवा धर्माचा विषय नसून शास्त्र आहे. हे हिंदूनी केले किंवा मुस्लिमाने केले, गरिबाने केले किंवा श्रीमंताने केले तरीही त्याचा सर्वांनाच लाभ होतो. हे करण्यासाठी आणि त्याचे लाभ मिळविण्यासाठी क़ोणत्या श्रद्धेची किंवा कर्मकाडांची आवश्यकता नाही. फक्त करणे आवश्यक असते. तापे मध्ये 'क्रोसिन' आवश्यक असते, तसेच हेही असते. क्रोसिनवर आपला अतूट विश्वास असेल तरच ती आपला परिणाम दाखवते का? नाही. ताप आल्यावर श्रद्धेशिवाय आणि इच्छा नसतानाही खाल्ली किंवा तिचा तिरस्कार करीत तिचे सेवन केले तरीही ती आपले काम करते कारण ते शास्त्र आहे. अशाच प्रकारे योगही शास्त्र आहे. ते केल्यावर त्यापासून लाभ होणारच, मग ते श्रद्धा नसताना केले तरीही. आता ही गोष्ट वेगळी की कोणतीही गोष्ट पूर्ण श्रद्धेने आणि विश्वासाने केली तर ती लगेच आणि दुप्पट चांगले फळ देते. इथे फक्त इतकेच सांगणे आवश्यक आहे की, योग सर्वांसाठी आहे आणि सर्वांत योग्य आहे.

योगाचा सर्वात मोठा फायदा हा आहे की, ते जर योग्य प्रकारे केले तर त्यामुळे काहीही नुकसान होत नाही. ते संपूर्णपणे नैसर्गिक आहे. अनेक डॉक्टरांनी अनेक आजारांवर त्याचा शास्त्रीय पद्धतीने वापर करून स्वीकार केला आहे. अनेक असाध्य आणि गुंतागुंतीच्या आजारातही ते उपयुक्त असल्याचे त्यांना आढळून आले आहे. सत्य तर असे आहे की ही काही फक्त आजार दूर करण्याची प्रक्रिया नाही, तर त्यामुळे शरीरातील सर्व आजार बरे होऊन मेंदू तणावमुक्त होतो. तसेच आत्म्याचा परमात्म्याशी संबंध होतो. त्यामुळे मन आणि शरीर दिव्य ऊर्जेने भरून जाते. आपले परिपूर्ण स्वरुपात रुपांतरण होते.

इथे एक गोष्ट सांगणे आवश्यक आहे की, शरीर आणि मन या फक्त बोलण्यापुरत्या वेगवेगळया गोष्टी आहेत. ख़रं तर हे दोन्ही वेगळे असूनही परस्परांशी जोडलेले असतात, दोघेही एक दुसऱ्याला प्रभावित करतात. आपण थोडे खोलात जाऊन चिंतन केले तर शरीर आणि मन या शिवायही दुसरे काही असल्याचे जाणवते. क़ाही तरी आहे जे आपले शरीर आणि मन नियंत्रित करते. मग आपण त्याला शक्ती, चेतना किंवा आत्मा असे काहीही म्हणू शकतो. आपले शरीर आणि मन याच्या बरोबरीने आपल्या आत्म्यालाही निरोगी ठेवण्याचे काम योग करते. तसे पाहिले तर आपले शरीर आणि मनाला रोगाची बाधा केव्हा होते, ज़ेव्हा आत्म्याशी असलेला त्यांचा संबंध कमकुवत

होत जातो. मन आणि शरीराचा अंतात्म्याशी संबंध निर्माण करण्यासाठी आणि तो कायम करण्यासाठी योग आपल्याला मदत करतो. शरीर, मन आणि आत्मा या तिन्ही पातळयांवर माणसाला निरोगी आणि संपन्न करण्यासाठी योग मदत करतो. तसेच आपल्याला सकारात्मक ऊर्जा प्रदान करतो. त्यामुळे योग ही परिपूर्ण पद्धती आहे.

ग़ीतेमध्ये लिहिले आहे, 'स्वतःला स्वतःच्या माध्यमातून स्वतःपर्यंत पोहचण्याचा प्रवास म्हणजे योग आहे.'

योग शब्दाला भाष्यकारांनी 'वियोग', 'उद्योग' आणि 'संयोग' या अर्थानेही घेतले आहे. क़ाही म्हणतात की योग आत्मा आणि प्रकृतीच्या वियोगाचे नाव आहे. क़ाही असे म्हणतात की हे एखाद्या विशेष उद्योग आणि प्रयत्नाचे नाव आहे. ज़्याच्या मदतीने आत्मा स्वतःला प्रगतीच्या शिखरावर घेऊन जातो. क़ाही म्हणतात की योग हे जीव आणि ईश्वराच्या संयोगाचे नाव आहे. सत्य तर असे आहे की योगामध्ये ही तिन्ही अंगे समाविष्ट आहेत. अंतिम उद्देश संयोग असून त्यासाठी उद्योगाची आवश्यकता असते. आणि या उद्योगाचे स्वरुपच असे आहे की, प्रकृतीशी वियोग केला जातो. योगाची प्रयोगशाळा आपला देह आहे. देहामध्ये मन, बुद्धी, चित्त, अहंकार ही साधने चतुष्ट्य यंत्ररुप आहेत. आपला जर आत्म्यावर विश्वास असेल तर आपल्याला आत्म्याचा अनुभव साक्षात करायला आणि व्हायला हवा. नाही तर मग आत्म्यावर विश्वास ठेवता कामा नये. त्याच बरोबर योगामध्ये प्रविष्ठ होण्यासाठी देह शुद्ध आणि निरोगी असावा, भोजन शुद्ध आणि सात्विक असणे आवश्यक आहे.

योगाचा शास्त्रीय आधार

एक काळ असा होता की, योगविद्येबद्दल अनेक गैरसमज पसरलेले होते. थोडे-फार गैरसमज आजही आहेत. त्याचे कारण म्हणजे योग विद्येच्या शास्त्राची योग्य प्रकारे माहिती नसणे. एक काळ होता जेव्हा काही लोक काचेवर चालणे, आगीमधून चालणे, हाताने साखळी तोडणे, स्वतःला जमिनीत गाडणे, हातातून राखेचे भस्म काढणे, सोन्याची साखळी आणि घड्याळ यासारख्या वस्तू बाहेर काढून त्याला योगाचा चमत्कार असल्याचे सांगून अंधश्रद्धा पसरवित असत. ही योग विद्या फक्त साधु -सन्यांशासाठीच असल्याचे समजले जात होते. अशा प्रकारे योगाबद्दल अनेक गैरसमज प्रचलति होते.

मागील काही दशकांमध्ये स्वामी विवेकानंद, स्वामी कैवल्यानंद, स्वामी शिवानंद, महर्षी योगी, आचार्य श्री रजनीश, गुरूकूल कांगड़ी विद्यापीठातील योग विभागाचे प्रमुख ड्य. ईश्वर भारद्वाज, मोरारजी देसाई योग संस्था, नवी दिल्ली, बाबा रामदेव यांच्या प्रयत्नामुळे योगाचे खरे आणि शास्त्रीय स्वरुप लोकांसमोर येत आहे. तसेच त्यामुळे योग विद्या सामान्य लोकांसाठी उपयुक्त होत आहे.

योग विद्येच्या खऱ्या शास्त्राचा अभ्यास करणे यासाठीही आवश्यक आहे की, क़ाही लोकांसाठी योगाचा अर्थ फक्त काही आसने आणि प्राणायम याच्यापुरताच मर्यादित आहे. साधारणपणे आजच्या युगाला उपाचर पद्धती, आरोग्य आणि व्यायाम पद्धतीच्या स्वरूपात समजावले जाऊ शकते. संशोधनातून हे सिद्ध झाले आहे की, योगाद्वारे उपचार करणेही शक्य आहे. योगाद्वारे शरीराला निरोगी आणि आरोग्यदायी ठेवणे हा योगाचा एक मर्यादित उद्देश होऊ शकतो, तो त्याचा पूर्ण उद्देश असू शकत नाही. होय, योगाला एक पूरक उपचार पद्धती म्हणून ज़ीवनशैलीचा एक भाग बनविले जाऊ शकते, क़ारण प्रत्येक उपचार पद्धतीचे आपले एक महत्त्व आणि उपयोग आहे. योगाचा पूर्ण उद्देश तर परमेश्वर प्राप्ती आणि दुःख मुक्ती हाच आहे.

योगाची शास्त्रीय पद्धत

लोक समूह आणि साधकांमध्ये योगाचे वेग वेगळे आणि अनेक प्रकारचे मार्ग तसेच विधी प्रचलित आहेत. जसे ज्ञान योग, कर्म योग, सन्यांस योग, ह ठ योग, मंत्र योग, तंत्र योग, कुण्डलिनी योग, भक्ती योग, इ. अशा वेळी योगाची शास्त्रीय पद्धती कोणती याचा विचार होणे आवश्यक आहे. या संबंधात योगावरील प्राचीन आणि प्रामाणिक पुस्तके 'गोरक्षशतक' आणि 'शिवसंहिता' यामध्ये योगाच्या ज्या प्रकाराचे वर्णन आढळून येते, त्यामध्ये सर्वात प्रमुख 'राज योग' आहे कारण यामध्ये प्रत्येक प्रकारच्या योगाशी संबंधित तथ्ये सांगण्यात आली आहेत. 'राज योग' हे महर्षी पतंजलीद्वारा रचलेल्या 'अष्टांग योग' चेच दुसरे नाव आहे.

महर्षी पतंजली यांना योग तत्त्वज्ञानाचे प्रवर्तक म्हटले जाते कारण योग तत्त्वज्ञानाचा मूळ ग्रंथ महर्षी पतंजली यांनी लिहिलेला 'पातंजल सूत्र ' किंवा 'योग सूत्र' आहे. अष्टांग योग, दोन शब्दांच्या संधीपासून तयार झाला आहे. अष्ट + अंग म्हणजे असा योग मार्ग ज्यामध्ये आठ भाग आणि चरण आहेत.

यम, नियम, आसन, प्राणायम, प्रत्याहार, धारणा, ध्यान, समाधी हे योगाचे आठ चरण आहेत. तसं पाहिले तर योगाचे संपूर्ण शास्त्र इथे एकाच वाक्यात सांगितले आहे. या आठ अंगाचे क्रमबद्ध आणि सूत्रबद्ध पालन यालाच योग शास्त्र म्हणतात. या आठ भागांचा परस्परांशी अतिशय गाढ संबंध आहे. त्यांच्यातील क्रम बदलला जाऊ शकत नाही. ज़से सामान्य जन लोक यापैकी तिसऱ्या आणि चौथ्या भागाचेच मोठ्या प्रमाणात पालन करीत आहेत. तसेच ते इतर भागांचे पालनही करीत नाहीत. ख़रं तर या आठ भागांचे परिपूर्ण पालन करणे म्हणजेच योगाचे एक जीवन एकक आणि परिपूर्णता असते.

१. यम

हा योगाचा पहिला भाग आहे. 'यम' आसक्ती आणि कुप्रवृत्ती नष्ट करण्यासाठी उपयुक्त आहे. माणसाचे इतर प्राण्यांशी वर्तन कसे आहे, हे त्याच्या चित्ताच्या शुद्धतेवर अवलंबून असते. त्यामुळे सर्वात आधी हे व्यवहारी जीवन यमाद्वारे शुद्ध आणि दिव्य बनवायचे असते. योगामध्ये यमांची संख्या ५ आहे. अहिंसा, सत्य, अस्तेय, ब्रह्मचर्य आणि अपरिग्रह. मानवी मन चंचल असते आणि ते क्षणोक्षणी बदलत असते. यम पालनाचा अर्थ आहे जीवन ऊर्जेला एक दिशा देणे. माणसाकडे ऊर्जा मर्यादित आहे. वृद्धावस्थेपर्यंत ऊर्जा कमी कमी होत जाते. योग शास्त्र नियमांच्या द्वारे सर्व ऊर्जा एकत्र करून तिला शुभ दिशेला प्रविष्ठ करायला हवे.

२. नियम

योगाचा दुसरा भाग आणि चरण 'नियम' आहे. सदाचार पालनासाठी पाच प्रकारचे नियम सांगण्यात आले आहेत. शौच, संतोष, तप, स्वाध्याय आणि ईश्वर प्राणीधान. नियमांचा संबंध फक्त आपले व्यक्तिमत्त्व आणि अंतकरणाशी असतो. यांचे पालन केल्याने व्यक्तिमध्ये दिव्यता तसेच शुद्धी आणि पवित्रतेचा जन्म होतो. नियमांचा अर्थ आहे, असे जीवन जे अव्यवस्थित नसावे, ज़्यामध्ये शिस्त असावी.

३. आसन

योगाचा तिसरा भाग आणि चरण 'आसन' आहे. आज समाजामध्ये योगाचा हा भाग सर्वांना परिचित आहे. सामान्य लोक शरीराची विशिष्ट अवस्था किंवा आकृतीला 'आसन' समजतात. पतंजलीने मात्र अशा प्रकारच्या कोणत्याही आसनाचे वर्णन केलेले नाही, ज्याचे प्रचलन आज सर्व विदित आहे. पतंजली आसनाची व्याख्या करताना म्हणतात, 'स्थिर सुखमासनम् ' म्हणजेच जे स्थिर आणि सुखदायी असते तेच आसन होय. शरीराची एक अशी स्थिती ज्यामध्ये आपल्याला सुखदायी वाटू शकते. तिलाच आसन म्हणतात. आसनाचा हा अनुभव तिच व्यक्ती घेऊ शकते ज्याने योगाचे आधीचे दोन अंग यम-नियमांचे पालन केले आहे. ज़्याने संयम आणि नियमितपणाचे जीवन जगले आहे. शास्त्रांमध्ये आसनांसबंधी असे सांगण्यात आले आहे की, आसनांचा सराव एक शास्त्रीय पद्धत आहे. प्रयोगातून आज ही गोष्ट सिद्ध झाली आहे की, आसनांचा शरीरावर सकारात्मक प्रभाव होतो.

अनेक शास्त्रज्ञानी शरीराच्या वेगवेगळ्या स्थितीवर प्रयोग केले आणि हे जाणून घेण्याचा प्रयत्न केला की, शरीराच्या उभ्या, बसलेल्या, सरळ झोपलेल्या आणि उलटे झोपलेल्या स्थितीमध्ये व्यक्तीच्या चित्तामध्ये परिवर्तन होते. त्याची चंचलता कोणत्या स्थितीत कमी आणि कोणत्या स्थितीत अधिक होती. उभ्या अवस्थेमध्ये चंचलता सर्वाधिक होती. शास्त्रज्ञांना असे आढळून आले की गुरुत्वाकर्षणाचा आपल्या शरीरावर प्रभाव होतो. पिरॅमिडचा शोध घेताना असे आढळून आले की पिरॅमिड आपल्या विशिष्ट अवस्थेमुळे आपल्यात ऊर्जा साठवून असते. ज़शी एखाद्या मंदिराची आकृती असते, खाली रुंद आणि वर निमुळती होत गेलेली. अशाच प्रकारे योगामध्ये ध्यानासाठी जी आसने सांगितली आहेत, सुखासन, पद्मासन, सिद्धासन हे सुद्धा पिरॅमिड आणि मंदिराप्रमाणे खाली रूंद आणि वर निमुळते आहेत. शरीराच्या य़ा अवस्थेत मन लवकर शांत होत असल्याचे, तसेच गुरुत्वाकर्षणाचा प्रभाव कमी होत असल्याचे शास्त्रज्ञांना आढळून आले.

४. प्राणायाम

योगाच्या शास्त्रीय प्रक्रियेचा चौथा भाग आहे, प्राणायाम. आसनाद्वारे आपले शरीर सुखी आणि शांत अवस्थेत आल्यावर यावेळी श्वास संयमित आणि नियंत्रित केला जाऊ शकतो. मानसिक आणि आध्यात्मिक विकासाबरोबरच शारीरिक विकासासाठी प्राणायाम आवश्यक आहे. सामान्य अर्थाने श्वासाच्या नियंत्रणाला प्राणायाम म्हटले आहे. प्राणायाम हा शब्द दोन शब्द, प्राण- ज़ी आपली जीवन शक्ती आहे आणि आयाम म्हणजे प्राणगतीचा विस्तार आणि ऐच्छिक नियंत्रण आहे.

प्राण चलायमान झाल्यावर चित्तही चलायमान होते आणि प्राण निश्चल झाल्यावर मनही निश्चल होते. त्यामुळे योग्याने श्वासांवर नियंत्रण मिळवायला हवे.

अशा प्रकारे असे म्हटले जाऊ शकते की, श्वासाचा चित्ताच्या स्थिरतेवर प्रभाव पडत असतो. प्रयोग आणि अनुभवांमध्ये पाहिले तर जसे क्रोधामध्ये, काम वासनेमध्ये, भीतीमध्ये, उद्विग्नता यासारख्या मनोभावांमध्ये श्वासांची गती अस्थिर आणि वेगवेगळी असते. प्रेमामध्ये, करुणेमध्ये, मैत्रीमध्ये, भावूकता इ. मनाच्या गतींमध्ये श्वासांची गती वेग वेगळी असते. मनाची भाव दशा आणि श्वास प्रक्रिया यामध्ये एक खोलवर संबंध आहे. मनाची भाव दशा बदलल्यावर श्वासाची ग़ती लगेच प्रभावित आणि परिवर्तित होते. ज़ेव्हा मनाच्या भिन्न अवस्थांमध्ये श्वासांची गती अव्यस्थित होत असेल तर मग श्वासांवर नियंत्रण मिळवून मन आणि त्याच्या वृत्ती नियंत्रित करणे का शक्य होणार नाही? हे सर्व फक्त श्वास नियंत्रणामुळे शक्य आहे. त्यामुळेच योग प्राणायामला एक महत्त्वाचा भाग समजते.

५. प्रत्याहार

'प्रत्याहार'' योगाचा पाचवा भाग आहे. प्रत्याहार दोन शब्दांच्या संधीने तयार झाला आहे. प्रत्य + आहार. प्रत्यचां सबंध इंद्रियांशी आहे आणि आहाराचा संबंध इंद्रियांच्या भोगांशी आहे. योगसूत्रामध्ये प्रत्याहाराची व्याख्या सांगताना असे म्हटले आहे की, इंद्रियांच्या बाह्य वृत्तींना सर्व दिशांनी गुंडाळून मनामध्ये विलीन करण्याच्या सरावाचे नाव 'प्रत्याहार' आहे. इंद्रियांना विषयांकडे जाऊ न देणे म्हणजेच प्रत्याहार होय. आपल्या इंद्रियाची ऊर्जा बाहेरच्या दिशेने गति करीत असते. बाहेर जाणाऱ्या या ऊर्जेला आतल्या दिशेला वळविणे, आतल्या दिशेने गती देणे म्हणजेच प्रत्याहार होय. प्रत्याहाराचा अर्थ आहे, 'आता आमची इंद्रिये संसारामध्ये पळत नाहीत, भटकत नाहीत, ती आता आतल्या दिशेने, केंद्राच्या दिशेने परतत आहेत.' प्रत्याहारामुळे इंद्रिये नियंत्रणात राहतात.

६. धारणा

प्रत्याहाराद्वारे जेव्हा इंद्रिये आंतर्मुखी होतात तेव्हा त्यानंतर योगातील सहावा भाग 'धारणा ' येतो. चित्ताचे एखाद्या विशेष ठिकाणी, जसे नाभी, नासिकाग्र, भ्रूकुटी, ब्रह्मरंध्र, चंद्र, तारे, वृक्ष, मेणबत्तीची ज्योत इ. ठिकाणी स्थिर करणे म्हणजे धारणा होय. क़ोणत्याही एका बिंदूवर एकाग्र होणे धारणा असते. सर्व मंदिरे धारणेचा सराव करण्यासाठी निर्माण करण्यात आली आहेत. आपण कोणत्याही एखाद्या विषयाचे ध्यान करीत असतो म्हणजेच ती धारणा होय. दुसऱ्या शब्दात सांगायचे तर धारणेचा अर्थ आहे, 'धारण करण्याची क्षमता.'

मनाचे एकाग्र होणे ही अतिशय अवघड बाब आहे. आपल्यात असंख्य विचार नेहमीसाठी गतिमान असतात. आपण मन एकाग्र करायला बसल्यावर ते निर्विचार होत नाही. तेव्हा मनाला एकाग्र करण्यासाठी योगामध्ये धारणेचा सराव सांगितला आहे. क़ोणत्याही एकाच विचारासह दीर्घ काळ स्थिर राहणे, एखादाच विचार दीर्घकाळ धारण करणे म्हणजेच 'धारणा' होय.

७. ध्यान

'ध्यान' हा योगाचा सातवा भाग आहे. अनावश्यक कल्पना आणि विचार मनामधून दूर करून शुद्ध आणि निर्मळ मौनात जाणे म्हणजे 'ध्यान' होय. योगसूत्रामध्ये ध्यानाची व्याख्या करताना म्हटले आहे की, 'धारणेमध्ये चित्त ज्या वस्तूवर लागते, ती वृत्ती अशा प्रकारे समान प्रवाहाने सतत वाहत रहावी की दुसरी कोणतीही वृत्ती मध्ये येऊ नये. तेव्हा तिला ध्यान म्हणतात.' एका बिंदूवर करण्यात आलेली धारणा जेव्हा सातत्यपूर्ण प्रवाहात वाहू लागते तेव्हा ते ध्यान होते. धारणेमध्ये आपण ज्या बिंदूवर एकाग्र झालेले असतो, ध्यानामध्ये तो बिंदूही सुटून जातो. बहुतेक लोक असे समजतात की ध्यानाची काही विधी असते, पण खरं तर विधी धारणेची असते. ध्यान म्हणजे विचार आणि क्रियांपासून मुक्त होणे. ज़से जसे ध्यान गहन होत जाते, व्यक्ती साक्षी भावामध्ये स्थिर होऊ लागते. ध्यानामध्ये मनासोबत इंद्रिये विलिन होऊ लागतात. मन बुद्धीसोबत असायला लागते आणि बुद्धी आत्म्यामध्ये लीन होऊ लागते.

ध्यानाचे शास्त्र - आज शास्त्रीय शोध आणि संशोधनातून असे समोर आले आहे की, ध्यान माणसाला आरोग्य प्रदान करते. आपण साधारणपणे असे समजत असतो की आजाराचा संबंध शरीराशी असतो आणि रोग शरीरात प्रवेश करतात. मानसशास्त्रज्ञांचे असे म्हणणे आहे की आजार शरीरातच नाही तर मनातही निर्माण होतो. त्यांच्या मतानुसार माणूस मनही आहे आणि शरीरही आहे. आचार्य रजनीश या बाबत म्हणतात, 'आत्म्याचा जो भाग आपल्या इंद्रियाच्या तावडीत सापडतो, तो शरीर आहे. तसेच आत्म्याचा जो भाग आपल्या इंद्रियांच्या तावडीत सापडत नाही, त्याचे

नाव आत्मा आहे. अदृष्य शरीराचे नाव आत्मा आहे तर दृष्य आत्म्याचे नाव शरीर आहे. या दोन गोष्टी नाहीत, दोन वस्तू नाहीत, तर एकाच अस्तित्वाच्या दोन लहरी अवस्था आहेत.'

अशा प्रकारे समजून घेतले जाऊ शकते की शरीरात जर एखादा आजार असेल, तर त्याचा प्रभाव आंतसवरही होतो आणि अंतसमध्ये काही घडले तर त्याचा प्रभाव बाह्य शरीरावरही दिसून येतो. ज़्या प्रमाणे एखाद्या मोठ्या तलावात एखादा दगड फेकल्यावर तरंग आणि लहरी निर्माण होतात, ते तलावाच्या अखेरच्या टोकापर्यंत जतात. कधी कधी हे तरंग त्याच्या केंद्राकडे परत येतात. त्याचप्रमाणे मानवी शरीरात काही घडले तर त्याचा प्रभाव अंतकरण, मन आणि आत्मा यांच्यापर्यंत पोहचतो. तसेच मन किंवा आत्म्यामध्ये काही परिवर्तन झाले तर त्याचा परिणाम शरीरावर दिसून येतो. शरीरामध्ये जो आजार आहे, त्यावर उपचार तर औषधाने करता येऊ शकतो, पण या औषधांमुळे अंतकरणावर उपचार तर केला जाऊ शकत नाही. नैसर्गिक उपचाराच्या १० मुलभूत सिद्धांतापैकी एक सिद्धांत असा आहे, की क़ोणताही उपचार शरीर, मन आणि आत्मा या तिघांसाठीही असायला हवा. तेव्हा ग प्रश्न असा निर्माण होतो की आत्मा आणि मन यावर उपचार कशा प्रकारे करायला हवेत? त्यांच्या उपचाराचे औषध आहे, ध्यान. तर मग असे म्हणता येते की माणसाला जर परिपूर्ण उपचार हवा असेल तर, औषधीसोबत ध्यानही परम आवश्यक आहे.

८. समाधी

समाधी हा योगाचा आठवा आणि अखेरचा भाग आहे. ज़ेव्हा योग्याला आपला ध्यान विषय आणि स्वतःविषयी कोणतेही ज्ञान राहत नाही, तेव्हा त्या स्थितीला 'समाधी' म्हणतात. दुसऱ्या शब्दात सांगायचे तर जेव्हा ध्यानाचा अनुभव इतका खोलवर होतो की, आपल्या असण्याचा अनुभव शून्यासारखा होतो, तेव्हा त्या अवस्थेला 'समाधी' म्हणतात. समाधी अशी अवस्था आहे, ज्यामध्ये सर्व व्याधीवर उपचार होतो. समाधी म्हणजे पूर्ण निरोगीपणा आहे.

मेंदूचा एक भाग भावनांनी युक्त असतो. दुसरा भाग बुद्धी आणि विचारांनी युक्त असतो. ज़ेव्हा काही कारणामुळे दोन्हीमध्ये असंतुलन निर्माण होते, तेव्हा आपल्या भावना आणि विचारांमध्ये सामंजस्य राहत नाही. अशा प्रकारे मेंदूच्या क्रियांमध्ये असंतुलन निर्माण झाल्यामुळे ग़ोंधळ आणि त्रास निर्माण होतो. समाधीच्या स्थितीत या सर्वावर उपचार होतो. तसेच दिव्य शक्ती आणि ज्ञान प्राप्तीही होते.

शास्त्रीय क्षेत्रातील नवीन शोध आणि प्रमाण योग शास्त्राला आध्यात्मिक शास्त्र असण्याबरोबरच मानसशास्त्राचे शास्त्रही म्हणतात कारण योग शास्त्राची सुरूवातच चित्त वृत्तीच्या शुद्धिकरणाने होते.

भारतीय तत्त्वज्ञानविषयक चिंतनात तर या दिशेने सुरूवातीपासूनच संशोधन होत

आले आहे. पाश्चात्य मानसशास्त्रही आता या दिशेने प्रयत्नशील आहे. पाश्चात्य मानसशास्त्रज्ञांच्या वतीने आतापर्यंत फक्त चेतन आणि अचेतन मन याचाच अभ्यास सुरू आहे. त्यांच्याद्वारे मनाचा एक गहन स्तर 'सुपर चेतना' याचा अभ्यास करणे अजून बाकी आहे. योग एक असे विज्ञान आहे, जे अहंकाराच्या मूळ समस्येचे समाधान शोधून एका उच्च ऊर्जेमध्ये त्याचे रुपांतर करू शकते. या उच्च ऊर्जेला दुसरे काही नाही तर 'सुपर चेतना' म्हणतात. सुपर चेतना परमेश्वराच्या समतुल्य समजली जाते. भारतीय तत्त्वज्ञानात अयंआत्मा, ब्रह्मा, प्रज्ञानन ब्रह्मा, चिदानंदोअहम, तत्त्वमसी, इ. सुत्रांमध्ये ज्या सत्तेला परमेश्वर समजले आहे, त्यालाच शास्त्राच्या भाषेमध्ये 'सुपर चेतना' म्हणतात.

प्राचीन काळातील हे आध्यात्मिक निष्कर्ष आधुनिक विज्ञानातील प्रयोगाच्या कसोटीवरही सर्वस्वी सत्य सिद्ध होताहेत. आध्यात्मिक सत्यांच्या शास्त्रीय प्रमाणांच्या आधारे असे म्हटले तर कोणतीही अतिशयोक्ती होणार नाही की, योग एक सर्वांगिण विज्ञान आहे आिणि ते सध्याच्या विज्ञानापेक्षा निःसंशयपणे उच्च स्तरीय आणि प्रगत तर आहेच, शिवाय त्याचे सार्थक अनुशीलन निश्चित स्वरूपात भारताला पुन्हा विश्वगुरु होण्यासाठी सहाय्यक नक्कीच होईल.

योग एक मार्ग अनेक

योग शब्द ऐकल्यावर बहुतेक लोकांच्या मनात शारीरिक आसने, प्राणायाम इ. येते. लोक असा विचार करतात की योग म्हणजे योगासने. योगासन हा योगाचा एक भाग आहे आणि तो योग्य प्रकारे योगाची व्याख्या स्पष्ट करीत नाही. योगाचा अर्थ आहे, 'जोड'. कोणत्याही दोन गोष्टींची संधी, मिलन. शरीराच्या विविध आसनांच्या माध्यमातून जेव्हा आपण प्रकृतीशी जोडले जातो किंवा आपले आतील अस्तित्व बाहेरच्या अस्तित्वाशी जोडतो तेव्हा त्याला तथाकथीत 'योगासने" म्हणतात. पण जेव्हा योग परमात्म्याला, परम शांततेला, परम आनंदाला, परम शक्तीला, परम सत्य आणि सत्ता मिळविण्यासाठी केले जाते तेव्हा त्याचा अर्थ आणखी गहरा आणि वेगळा होतो.

प्रत्येक माणूस एक दुसऱ्यापेक्षा वेगळा असतो. सर्वांचा स्वभाव आणि प्रकृतीही वेगवेगळी असते. याच कारणामुळे सर्वांचे विचार, मार्ग, उद्देश, सिद्धांत आणि मान्यताही वेगवेगळ्या असतात. क़ोणी अंतर्मुखी असतो तर कोणी बहिर्मुखी. क़ोणी आस्तिक, कोणी नास्तिक, कोणी व्यवहारिक तर कोणी औपचारिक असतो. क़ोणाचा दृष्टिकोन वैज्ञानिक असतो तर कोणाचा काल्पनिक, क़ोणी आध्यात्मिक असतो तर कोणी संसारिक, इतकी भिन्नता असल्यामुळेच आज धरतीवर अनेक धर्म, वाद, भाषा, मान्यता, संस्कृती आणि परंपरा आहेत. इतकी विविधता असूनही सर्वामध्ये एक गोष्ट सामान्य आहे, सुख -शांततेचा शोध, समाधान आणि आनंदाचा शोध. फरक इतकाच आहे की, आस्तिक व्यक्तीचा माग भावना आणि संवेदनाच्या द्वारे परमेश्वरापर्यंत जातो. तर नास्तिक व्यक्तीचा मार्ग तर्क आणि व्यवहाराच्या माध्यमातून तथ्यापर्यंत पोहचतो. अर्थात दोघांनाही परम पर्यंत पोहचायचे असते. मग तो परम आत्मा असो की परम शांतता. परम शक्ती असो की परम अस्तित्त्व, परम चैतन्य असो की परममुक्ती. त्या परमकडे सर्वांना पोहचायचे असते.

क़दाचित हेच कारण असावे की, मानवाच्या विविध प्रवृत्ती लक्षात घेऊन त्या 'परम'पर्यंत पोहचण्याचे विविध मार्ग नक्की करण्यात आले आहेत. ज़्याना विविध योगांनी ओळखले जाते. साधनेचे हे विविध योग माणसाला त्या 'परम' पर्यंत पोहचविण्यासाठी पूर्णपणे मदत करतात. वर वर पाहता योगाचे हे मार्ग परस्परापेक्षा वेगळे वाटत असले तरीही उद्देश मात्र सर्वांचा एकच आहे. सुरुवात प्रत्येकाची वेगवेगळी असली तरीही शेवट मात्र एकच आहे. मग त्याला मंत्र योग म्हणा की हठ योग, राज योग म्हणा की ज्ञान योग, भक्ती योग म्हणा की क़र्म योग किंवा मग ध्यान योग. नाव आणि मार्ग वेगवेगळे असले तरीही परिणाम मात्र सर्वांचा एकच आहे. क़शा प्रकारचे आणि किती भिन्न आहेत हे योग, हे जाणून घेणे आवश्यक आहे. ज़े अशा प्रकारे आहे,

मंत्र योग

ज़पाद्वारे चेतनेला अंतर्मुखी करणे म्हणजे मंत्र योग होय. मंत्राच्या स्वरांमध्ये असीम शक्ती असते. क़ाही स्वर असे असतात, ज्यांची गती ध्वनीच्या गतीपेक्षाही अधिक असते. असे ध्वनी माणसाच्या आकलन शक्तीच्या पलिकडे असतात. मंत्रजपाच्या माध्यमातून साधक आपली इच्छा आणि संकल्पानुसार आपली इष्ट देवता किंवा तिची शक्ती मिळविण्यासाठी प्रयत्न करतो. यामध्ये मंत्राचे उच्चारण, आसन, मुद्रा, वेळ, अवधी, जपसंख्या आणि त्यातील नियमितता खूप महत्त्वाची भूमिका बजावित असते. ते बोलून किंवा मौन राहूनही जपले जाऊ शकतात. मंत्रांना रुद्राक्षाच्या माळेसोबत शैव आणि तुळशीच्या माळेसोबत वैष्णव जपतात. माळेशिवायही मंत्राचा सराव केला जाऊ शकतो.

हठ योग

हठ याचा शाब्दिक अर्थ आहे संकल्प शक्ती. किंवा एखादी वस्तू मिळविण्याची किवा ती हवी असण्याची दुर्दम्य इच्छाशकती. मग ती कितीही असामान्य असली तरीही. हठयोगामध्ये साधक मनाला शांत करण्यासाठी शरीराच्या विविध क्रियाद्वारे किंवा विविध प्रकारचे तप-त्याग, व्रत - वैकल्य, मौन-उपवास याद्वारे नियंत्रित करतो.

याचा उद्देश शरीराला सुदृढ आणि सुयोग्य बनविणे आहे कारण कठीणातल्या कठीण प्रसंगीही शरीर त्रास सहन करू शकेल आणि शारीरिक व्याधींपासून मुक्त राहू शकेल.हयोगाचा साधक असे समजत असतो की तो आपल्या शरीराला जितका अधिक यातना, व्रत आणि त्रास यामुळे मजबूत करील तितका तो अधिक ऊर्जावान आणि सामर्थ्यसाली होतो. इतकेच नाही तर त्याच्या या तपश्चर्येमुळे प्रसन्न होऊन इष्ट देवता त्याला मनासारखा हवा तो आशीर्वाद देतात.

राज योग

आत्मा हाच परमात्म्याचा अंश आहे. ती कधी मरत नाही किंवा जन्माला येत नाही, असे समजून किंवा तसे अनुभवून जो साधक स्वतःला जाणून घेण्याचा म्हणजे मी कोण आहे, कोठून आलो आहे, कुठे जाणार आहे, याचा शोध घेण्याच्या मागे लागतो तसेच शरीरात राहणाऱ्या आत्म्याचा परमात्म्याशी संबंध जोडण्यासाठी प्रयत्न करीत असतो, तोच राज योग होय. आंतरिक आणि शास्त्रीय तसेच व्यवहार्य दृष्टिकोन ठेवणाऱ्यासाठी ही सर्वात उत्तम साधना आहे. आत्म्याचे परमात्म्यामध्ये विलिनीकरण होणे हाच या मार्गाचा शेवट आहे. हा मनाची साधना आणि त्याच्या अलौकिक शक्तींशी संबंधित आहे. या योगाच्या माध्यमातून आत्मज्योतिचा साक्षात्कार केला जाऊ शकतो.

सत्य तर हेच असते की लहानपणापासूनच आपल्या मनाने बाहेरील वस्तू ओळखायला आणि पहायला शिकलेले असते. त्यामुळे अंतजर्गतातील हालचाली आणि शास्त्र यापासून आपण अपरिचित राहतो. त्यामुळे आपण त्याचे निरीक्षण करण्याची शक्ती हरवून बसतो. राजयोगामध्ये साधक आपल्या मनाला अंतर्मुखी करतो. त्याची बहिर्मुखी गती अडवितो आणि त्याचा सर्व शक्ती केंद्रिभूत करून आपल्या मनावर त्याचा वापर करतो म्हणजे त्याला आपला स्वभाव समजू शकेल आणि तो परमात्म्याशी थेट जोडला जाऊ शकेल.

ज्ञानयोग

आध्यात्मिक मुक्तीसाठी किंवा असे म्हणता येईल की, परम शक्ती, परम सत्ता, परम सत्य किंवा परम तत्त्व जाणून घेण्यासाठी विवेकयुक्त बुद्धीच्या वापरावर भर देणे आणि त्याच्या तर्कसंगत निर्णयाच्या आधारेच एखाद्या निष्कर्षाला पोहचणे यालाच ज्ञानयोग म्हणतात. तसे पाहिले तर हा योगाचा बौद्धिक आणि तत्त्वज्ञानविषयक भाग आहे. याचा साधक एखादी गोष्ट मानण्यावर नाही तर ती जाणण्यावर अधिक भर देत असतो. तो स्वतःचा अनुभव आणि ज्ञान यालाच सत्य समजतो. ज्ञानी व्यक्तीचे ज्ञान दोन प्रकारचे असते. एक- अशा प्रत्येक वस्तूपासून विचार दूर करणे आणि त्याला अस्वीकृत करणे जे आपण 'नाही असतो', तर दुसरा आहे, फक्त अशाच वस्तूवर ठाम राहणे, जे आपण 'असतो.'. आणि तोच एक असतो फक्त सच्चिदानंद परमात्मा. ज्ञान योग हा संसार सोडण्याचा किंवा त्यागण्याचा मार्ग असत नाही. तर संसारात राहून संसारापासून अलिप्त राहण्याचा मार्ग आहे. ज्ञानयोग म्णजे सर्व प्रकारची नाम-रुपे, नियम आणि शास्त्रांच्या पलिकडे जाणे. त्यापासून मुक्ती मिळविणे.

भक्ती योग

भक्तीयोग म्हणजे आपल्यापेक्षा वेगळे असे परमात्म्याचे अस्तित्त्व मान्य करून त्याची पूजा-अर्चना करणे. परमेश्वर बाहेर आहे, असे समजणेच नसते, तर तोच एकमेव सर्वगुण संपन्न आणि शक्तिशाली आहे, असे समजणे. हे सर्व संसार, ब्रह्मांड, प्रकृती त्याच्यामुळेच चालू राहते, त्यासाठी स्वतःला समर्पित करणे. प्रेम, श्रद्धा, समर्पण आणि पूर्ण एकाग्रता याच्या सह त्याची उपासना करीत राहणे, हाच भक्तियोग होय. भावना प्रधान आणि संवेदनशील व्यक्तीसाठी सर्वाधिक अनुकूल योग आणि मार्ग आहे. भक्तीयोगामध्ये साधक श्रवण, भजन, कीर्तन, स्मरण, पाद सेवन, अर्जुन, वंदन, दास्य, सख्य आणि आत्मनिवेदन या नऊ प्रकारे आपल्या इष्ट देवतेला रिझवित असतो आणि त्याची कृपा मिळविण्याचा प्रयत्न करीत असतो. तसे पाहिले तर भक्ती योग हेच सर्वोच्च प्रेमाचे शास्त्र आहे. यामध्ये साधक जीवनातील प्रत्येक समस्या किंवा अडचण देवाचे नाव घेऊन त्याच्यावर सोपवितो आणि ही अडचण किंवा हा त्रास जर त्यानेच दिला असेल तर तोच यातून आपल्याला मुक्त करील, यावर त्याची अतूट श्रद्धा आणि विश्वास असतो.

क़र्म योग

ज़ीवनातील आफले प्रत्येक कार्य, जबाबदारी आणि क़र्तव्य पूर्णपणे प्रामाणिकपणे पार पाडताना असा विचार करणे की, क़र्म हेच जीवन आहे. कर्म हीच पूजा आहे आणि कर्म हाच प्रसाद आहे. क़र्मापेक्षा सर्वोच्च दुसरे काहीही असत नाही. आपण ज्या प्रकारचे कर्म करीत असतो, त्याच प्रकारचे फळ आपल्याला मिळत असते, हाच 'कर्म योग' आहे. क़र्मयोगी आपले प्रत्येक कार्य त्याचा आदेश असल्याचे समजून करीत असतो आणि तो जो काही करीत असतो त्यातील कर्त्याची भावना तो परमेश्वराला समर्पित करीत असतो. तो असे समजतो की हे जीवन कोणत्याही स्वरूपात किंवा भावात कर्माशिवाय दुसरे काहीच नाही. क़र्माशिवाय या शरीराचा प्रवासही होऊ शकत नाही. आपल्या कामाच्या माध्यमातून साधक या जगाशी तादात्म्य पाऊन आपल्या खऱ्या रुपाचा आणि स्वरूपाचा शोध घेत असतो.

तसे पाहिले तर कर्मयोग या गोष्टीचे प्रतिक आहे की आपण नशिब किंवा चमत्कारावर विश्वास ठेवून हातावर हात ठेवून बसू नये. आपण आपल्या कर्मातून आपले भाग्य घडवायला हवे. क़र्मयोगामध्ये साधकाचे कर्म हीच त्याची पूजा-अर्चना असते. त्याच्या दृष्टीने कोणतेही कार्य चांगले-वाईट, लहान-मोठे असत नाही. तसेच तो कामाच्या परिणामामध्ये फरक करीत नाही. तो आपले अपयशही स्वीकारतो कारण त्यापासून त्याला खूप काही शिकायला मिळते.

ध्यान योग

एखादे काम किंवा उद्देश पूर्ण करण्यासाठी आपले मन असा प्रकारे तल्लीन करावे की मनच शिल्लक राहू नये, त्याला 'ध्यान योग' म्हणतात.आपल्यापेक्षा अधिक शक्तीसंपन्न विचार किंवा प्रबळ इच्छा यामध्ये स्वतःला विसरणे, विलिन करणे ध्यान असते. ग़ाढ आणि सातत्यपूर्ण तल्लीनतेमुळे व्यक्ती हळूहळू अशा अवस्थेला पोहचते, की तिथे तो सर्व काही विसरून जातो. इतके की आपण शरीर आहोत, याचाही त्याला विसर पडतो. ही तल्लीनता एखाद्या संसारी लाभासोबतच शक्ती संपन्नता, सिद्धी प्राप्ती किंवा मग अलौकिक शक्ती मिळविण्यासाठीही असू शकते. अर्थात आपण ज्याला विशेषत्वाने ध्यान म्हणतो ते परमात्म्याशी मिलनच असते. जे साधकाला शरीराच्या पलिकडे घेऊन जाते.

ज़े कोणी श्वासांवर ध्यान केंद्रित करून मिळविते तर क़ोणी चक्र जागृत करून. क़ोणी भूवयांच्या मध्ये प्रकाश पाहतो, तर कोणी अनहद नाद ऐकतो. क़ोणी नाचून मिळविते, तर कोणी गाऊन. क़ोणी मौनातून साधना करतो तर कोणी मंत्रातून. विविध पद्धतीने साधक स्वतःला केंद्रित करून, स्वतःला त्यामध्ये बुडवितो आणि ध्यान उपलब्ध करून घेतो.

योगाचे महत्त्व आणि लाभ

आपल्याकडे व्यायामाच्या नावाखाली दंड-बैठका काढण्याची पद्धत आहे. दंड-बैठक भलेही बळ वाढविणारे असले तरीही शास्त्रीयदृष्ट्या ते आरोग्यदायी किंवा आरोग्य वर्धक नक्कीच नाहीत. उलट ते शारीरिक आरोग्यासाठी हानिकारक असल्याचे सिद्ध झाले आहे. कारण त्यामध्ये मान, छाती आणि हात यावर अतिरिक्त भार पडत असतो. दबावामुळे या ठिकाणी इतक्या मोठ्या प्रमाणात रक्त जमा होते, की पेशींमधील बारीक बारीक तंतू अधिक रक्त दाबामुळे फाटतात. मग त्या ठिकाणी रक्त जमा होते. याच कारणामुळे व्यायाम करणाऱ्या व्यक्तीच्या छाती, बाहु आणि मांड्यातील पेशी कठीण झालेल्या दिसून येतात. आरोग्याच्या दृष्टीने पेशीमध्ये लवचिकता असावी लागते. त्यामुळे त्या आपले काम योग्य प्रकारे करू शकतात. क़ठीणपणामुळे तर काही काळानंतर पेशींची कार्यक्षमताच संपुष्टात येते. याशिवायअशा प्रकारच्या व्यायामामुळे हृदय आणि फुफ्फुसांवरही परिणाम होतो. हृदयाची स्पंदने अधिक वेगवान होतात आणि श्वाच्छोश्वास वेगवान होतो.

सांगायला काहीच हरकत नाही की यामुळे शरीराचे होणारे नुकसान हे कायमस्वरुपी असते. ते नंतर जीवनात कधीही भरून येत नाही.

तुम्ही कलाबाजी करणारे नट पाहिले असतील. ते उलटे टांगूने घेतात. हातावर चालतात. क़ाही वेळा पाय दुमडून विंचवासारखे चालतात. कुठे मोराची चाल दाखवितात तर कुठे उंटाची. या लोकांच्या शरीराचे संतुलन अतिशय वाखाणण्यासारखे असते. ड़ोक्यावर दोन -चार घडे ठेवून ते एका पायावर उभे राहून कधी बांबूवर उभे राहतात तर कधी दोरी वरून चालतात. आश्चर्यकारक गोष्ट अशी की त्यांचे शरीर रबरासारखे लवचिक असते. क़लावंताची अशी कला आज काल फक्त सर्कशीत पहायला मिळते. हे कलावंत कधी दंड-बैठका काढीत नाहीत की कधी कोणाशी कुश्ती खेळत नाहीत. त्यांच्या

शरीरात कुठे लठ्ठपणा असत नाही की कुठे पुढे आलेल्या पेशी दिसत नाहीत. या उलट यांचा बांधा इतका सुडौल आणि लवचिक असतो, की ते नेहमी निरोगी आणि आरोग्यादायी असतात. तसे तर त्यांच्या या सरावाला योगासने म्हटले जाऊ शकत नाही, पण त्याच्या मुळाशी तत्त्व मात्र योगासनाचेच असते. म्हणजेच ओढण्याच्या तंत्राने मांसपेशींमध्ये लवचिकता निर्माण करणे आणि ज़से की योगासनाध्ये प्रामुख्याने होत असते, त्याप्रमाणे हे लोक पाठीच्या मणक्याचा व्यायाम अधिक करतात.

ख़रं तर कला सादर करणे हाच यांचा व्यवसाय असल्यामुळे लहानपणापासूनच त्यांना तसे शिकविले जाते. त्यामुळे तारुण्यात येईपर्यंत हा कलावंत आपल्या शरीरातील पेशींचे संचालन करण्यात तरबेज होतो. योगासनामध्येही भिन्न अवयव आणि भागांच्या पेशीवर कोणी एक तासाचा किंवा अर्ध्या तासाचा सराव करीत नाही, तर प्रत्येक आसन काही मिनिटामध्ये पूर्ण केले जाते. अशा प्रकारचा तणाव निर्माण केल्यामुळे आधी त्या भागातील पेशीमध्ये रक्त प्रवाह कमी होतो. तसेच हे ताणलेपणा कमी झाल्यावर त्या ठिकाणी रक्त प्रवाह वाढतो. त्यामुळे शरीरातील त्या भागाचे किंवा अवयवाचे चांगल्या प्रकारे पोषण होते.

अशा प्रकारे दररोज सराव केल्यामुळे शरीरातील स्नायु आणि पेशी लवचिक होतात. त्यामुळे त्यांची क्रियाशीलता सजग राहते तसेच तेथील रक्त प्रवाह शुद्ध आणि पुरेशा प्रमाणात राहतो. याशिवाय विविध आसनामुळे पाठीच्या मणक्याचा चांगल्या प्रकारे सराव होत असल्यामुळे त्यामधून अनैच्छिक स्नायूही कमी प्रमाणात निघतात. त्यामुळे अनैच्छिक स्नायू आणि पेशींचाही व्यायाम होतो. अर्थात जगातील दुसऱ्या कोणत्याही व्यायाम प्रकारामध्ये अशा प्रकारे अनैच्छिक स्नायू आणि पेशीसांठी विशेष व्यायाम असत नाही.

आसनाचा विचार केला तर गेल्या ४०-५० वर्षातच ते मोठ्या प्रमाणात चलनात आले आहेत. त्याच्या आधी तर योगाभ्यास करणारे लोक ही एक योगाशी संबंधित क्रिया आहे म्हणून ती गुप्तच ठेवीत असत. आता मात्र काही उदार स्वरूपाच्या योगाभ्यासी लोकांनी सामान्य लोकांमध्ये त्याचा प्रचार आणि प्रसार करायला सुरूवात केली आहे. आसन हे योगाचे तिसरे अंग असून समिष्ट रुपात आसनाला 'हठयोग" म्हटले जाते. योगसाधना करण्यासाठी शरीर शुद्ध आणि स्वच्छ असणे आवश्यक असते. शरीर घाणेरडे आणि रोगदायी असेल तर त्यातील बुद्धी आणि विचारही शुद्ध असू शकत नाहीत. शारीरिक आरोग्य आणि शुद्धता ही योग साधनेची पहिली पायरी आहे. त्यामुळे आपल्या पूर्वजानी आसनाचा शोध अतिशय बुद्धिमत्तेने शास्त्रीयदृष्टीने लावला आहे. शरीर आणि आरोग्याविषयीच्या बाबी लक्षात घेऊन आसन विधीची रचना करताना आपल्या पूर्वजानी खूप मोठी दूरदृष्टी दाखविली आहे. त्यातून आपल्या सूक्ष्म बुद्धीचा परिचय करून दिला आहे.

वास्तविक पाहता अतिरिक्त चिंता, भाऊकता, समस्यांवर जास्त विचार करणे आणि परेशानी यामुळे आपले स्नायु तंत्र कमकुवत होत असते. या कमकुवतपणामुळेच ते तणावाला बळी पडत असतात. इतकेच नाही तर या स्नायुच्या दुबळेपणाचा परिणाम म्हणून आपल्या शरीरातील मुख्य अवयवही विकृत होतात. मधुमेह (डायबेटीस), उच्च रक्तदाब, हृदयाचे विकार, सांधे दुखी, अनिद्रा हे सर्व स्नायुच्या दुबळेपणामुळे निर्माण होणारे विकार आहेत.

स्नायूच्या दुबळेपणावर एकमेव उपचार असा आहे की, स्नायूंना विश्रांती देणे किंवा त्यांना ढिले सोडणे. ज़्याला इंग्रजीमध्ये 'रिलॅक्शेसन' म्हणतात. रिलॅक्शेशन किंवा स्नायू विश्रांतीचे कार्य योगासनाच्या व्यायामातून सहजपणे पूर्ण होत असते. क़ारण प्रत्येक आसन आणि मुद्रेमध्ये स्नायुवर अतिरिक्त ताण पडत असतो. त्याच्याच जोडीच्या दुसऱ्या मुद्रेमध्ये याच पेशी सैलसर होत असतात आणि त्यामुळे त्यांना विश्रांती मिळते. म्हणूनच मग आसन व्यायामामुळे स्वभावतःच पेशींनी विश्रांती मिळते आणि स्नायु मंडळ सशक्त होते. शरीरातील तणाव समाप्त होतो, त्याच बरोबर तणावामुळे निर्माण होणारे इतर आजारही ठीक होतात. योगासने करण्यासाठी वयाची कोणतीही अट असत नाही. तुमचे वय काहीही आणि कितीही असले तरीही तुम्ही त्या वयात सुद्धा आसनाचा सराव सुरू करू शकता. तसेची वयाच्या १२-१३ वर्षापर्यंतच्या मुलांना अशा प्रकारच्या कोणत्याच व्यायामाची किंवा कसरतीची आवश्यकता असत नाही. या वयातील मुले धावपळ आणि खेळून आपला व्यायाम पूर्ण करीत असतात. अर्थात या नंतरची अवस्था म्हणजे किशोरवयीन अवस्थेपासून त्यांची ही अशा प्रकारची धावपळ कमी होत असते. खरं तर याच वयात त्यांनी आसनाचा सराव करायला सुरूवात करावी. या वयामध्ये शारीरिक धातु मऊ असल्यामुळे मुले लवकर आसन सिद्ध करू शकतात. यानंतरच्या युवा अवस्थेतही ही आसने करण्यासाठी काही अडचणी येत नाहीत.

होय, प्रौढ वयातील व्यक्तींना सुरूवातीला काही अडचणी येऊ शकतात. तीही इतकीच की ते कोणतेही आसन एक-दोन दिवसात सिद्ध करू शकत नाहीत. ज़से पश्चिमात्तोसनामध्ये पाय लाबं करून आंगठ्यांना हाताच्या बोटाने स्पर्श करायचा असतो. नंतर मग हळूहळू डोके खाली आणून गुढग्यांना स्पर्श करायचा असतो. यामध्ये सुरूवातीला तुम्ही कंबर जास्त वाकवू शकत नाहीत. आपण हे आसन करू शकणार नाही, असेही तुम्हाला वाटू शकते, पण क़ाही काळ सराव केल्यानंतर तुम्हाला ते जमू लागते. ही गोष्ट नेहमी लक्षात ठेवायला हवी की सरावानेच माणसाला पूर्णत्व येत असते.

माणसाने अनेक गोष्टी कीटक-पंतगं आणि पशु-पक्षांपासून शिकल्या आहेत. आसनही त्याला अपवाद नाहीत. अनेक आसने पशु पक्षांपासून घेण्यात आली आहेत. पशुसुद्धा आसने करीत असतात,

ही गोष्ट तुम्ही लक्षात घेतली नसेल. पण तुम्ही जर काळजीपूर्वक पाहिले असेल तर तुमच्या घरातील मांजर कंबरेला दुहेरी करून आळस देते तेव्हा ती एक प्रकारे आसनच करीत असते. अशाच प्रकारे तुमच्या गल्लीतील किंवा घरातील कुत्रा पुढेच आणि मागचे पाय खूप दूरवर फाकवून आपले शरीर मागे पुढे करीत असतो तेव्हा तो आसनच करीत असतो. अशाच प्रकारे माकड, आस्वल, सिंह, वाघ असे सर्व प्राणी आसने करीत असतात. क़दाचित त्यामुळेच त्यांच्या शरीरात माणसाच्या तुलनेत जास्त स्फूर्ती आणि चंचलता असते. लवचिकता असते.

ज़रा बारकाईने पाहिले तर माणसातही आसने करण्याची स्वाभाविक प्रवृत्ती असते. आपण ते ओळखू शकत नाही, ही दुसरी गोष्ट आहे. ज़ास्त वेळ बैठे काम केल्यावर, ख़ूप एकाग्रचित्त होऊन एखादे काम केल्यावर, शरीरामध्ये एक प्रकारचे जडत्त्व किंवा आकसलेपणा निर्माण होतो तेव्हा आपण आळस देऊन ते सर्व मोकळे करीत असतो. आळस देणे म्हणजेच पेशींना सैलसर सोडणे असते. वास्तविक पाहता आसनांमध्येही हीच प्रक्रिया होत असते.

आसनांचे वर्गिकरण

तसे तर प्रत्येक आसन आपल्यासाठी आरोग्यदायी आणि उपयुक्त असते. तरीही खालील प्रमाणे विविध आसनांना त्यांची गुणवत्ता पाहून वेग वेगळ्या भागांमध्ये वर्गिकृत करण्यात आले आहे.

योगासनांना ठळक स्वरूपात दोन भागांमध्ये विभाजित करण्यात आले आहे-

१. ध्यानाची आसने- ज़से सिद्धासन, पद्मासन, इ.

२. आरोग्यदायी आसने- जसे- शीर्षासन, भूजंगासन, मयुरासन, इ. अनेक आसने.

आरोग्यदायी आसनांनाही खालील विभागांमध्ये किंवा गटांम्ध्ये विभाजित करण्यात आले आहे.

पहिला गट - शांत झोपून करण्यात येणारी आसने, जसे- तानासन, शवासन, इ.

दुसरा गट - मागे वाकून करण्यात येणारी आसने जसे- सर्पासन, हंसासन, शलभासन, चक्रासन, मत्स्यासन, नाभी आसन, धनुरासन, उष्ट्रासन, सप्तवज्रासन,इ.

तिसरा गट - पुढे वाकून करण्यात येणारी आसने. जसे- पवनमुक्त आसन, उत्तानपाद आसन, लुढकनासन, हलासन, ज़ानुशिर्षासन, पश्चिमोत्तनासन.

चौथा गट – विपरितासन जसे- शीर्षासन, सर्वांगासन.

पाचवा गट - मेरुदंडाशी संबंधित आसन- अदर्धमत्स्येंद्रासन.

सहावा गट- उदर संबंधी आसन- मयुरासन, योगमुद्रा, उड्ड्यण बंध.

सातवा गट- चेहरा आणि गालासंबंधी आसन- सिंहासन

पण कोणती आसने शरीराच्या कोणत्या भागासाठी लाभदायी आहेत, याचा विचार करणेही आवश्यक आहे.

- डोक, मेंदू, क़ान, नाक आणि डोळयांसाठी- सर्वांगासन, शीर्षासन, मत्स्यासन, सिंहासन.
- मान, खांदे आणि पाठीच्या कण्यासाठी- सर्वांगासन, हलासन, मत्स्यासन, अर्धमत्स्येंद्रासन, सूर्यासन आणि हंसासन.
- पचन संस्था म्हणजे पोट, आतडे, यकृतासाठी - पश्चिमोत्तानासन, मयुरासन, धनुरासन, पादहस्तासन, पवनमुक्तासन, मत्स्येंद्रासन, उड्डयण बंध, योगमुद्रा.
- हात, पाय आणि शरीरासाठी- ताडासन, सर्वांगासन, मयुरासन, मत्स्यासन.

क्रोणत्या आजारात कोणते आसन करावे?

१. **पोटाच्या आजारात** – उत्तानपादासन, पवनमुक्तासन, वज्रासन, योगमुद्रासन, भूजंगासन, मत्स्यासन.

२. **ड़ोक्याच्या आजारात** - सर्वांगासन, शीर्षासन, चंद्रासन.

३. **मधुमेह** - पश्चिमोत्तानासन, नौकासन, वज्रासन, भूजंगासन, हलासन, शीर्षासन.

४. **वीर्यदोष** - सर्वांगासन, वज्रासन, योगमुद्रा

५. **घसा**- सुप्तवज्रासन, भूजंगासन, चंद्रासन.

६. **ड़ोळे** - सर्वांगासन, शीर्षासन, भूजंगासन

७. **नाभी**- धनुरासन, नाभी-आसन, भूजंगासन

८. **सांधे** - पवनमुक्तासन, पद्मासन, सुप्त वज्रासन, मत्स्यासन, उष्ट्रासन

९. **ग़र्भाषय**- उत्तानपादासन, भूजंगासन, सर्वांगासन, ताडासन, चंद्रनमस्कारासन.

१०. **क़ंबर**- हलासन, चक्रासन, धनुरासन, भूजंगासन.

११. **फुफ्फुसे** - वज्रासन, मत्स्यासन,सर्वांगासन

१२. **यकृत** - लतासन, पवनमुक्तासन, यानासन

१३. **ग़ुदा, भगिंदर, मूळव्याध इ. मध्ये** - उत्तानपादासन, सर्वांगासन, ज़ानुशिरषासन, यानासन, चंद्र नमस्कारासन.

१४. **दम** - सुप्तवज्रासन, मत्स्यासन, भूजंगासन

१५. **अनिद्रा** - शीर्षासन, सर्वांगासन, हलासन, योगमुद्रासन

१६. **ग़ॅस** - पवनमुक्तासन, ज़ानुशिरासन, योगमुद्रा, वज्रासन

१७. **सर्दी** - संर्वांगासन, हलासन, शीर्षासन.

१८. **मानसिक शांततेसाठी** - सिद्धासन, योगासन, शतुरमुर्गासन, ख़गासन, योगमुद्रासन.

१९. **पाठीच्या मणक्यासाठी** - सर्पासन, पवनमुक्तासन, सर्वांगासन, शतुरमुर्गासन करावे.

२०. **सांध्यासाठी** - पवनमुक्तासन, सायकल संचालन, ताडासन करावे.

२१. **यकृताच्या आजारात** - सर्वांगासन, हलासन, वज्रासन, पवनमुक्तासन.

२२. **घशासाठी** - सर्पासन, सर्वांगासन, हलासन, योगमुद्रा.

२३. **हृदय रोगांसाठी** - शवासन, सायकल संचालन, सिद्धासन

२४. **दम्यासाठी**- सुप्तवज्रासन, सर्पासन, सर्वांगासन, पवनमुक्तासन, उष्ट्रासन.

२५. **रक्तदाबासाठी** - योगमुद्रासन, सिद्धासन, शवासन, शक्ती संचालन क्रिया.

२६. **ड़ोकेदुखीसाठी** - सर्वांगासन, सर्पासन, वज्रासन, धनुरासन, शतुरमुर्गासन.

२७. **पचनशक्ती वाढविण्यासाठी** - यानासन, नाभी-आसन, सर्वांगासन, वज्रासन.

२८. **मधुमेहासाठी** - मत्स्यासन, सुप्तवज्रासन, योगमुद्रासन, हलासन, सर्वांगासन, उत्तानपादासन.

२९. **लठ्ठपणा कमी करण्यासाठी** - पवनमुक्तासन, सर्वांगासन, सर्पासन, वज्रासन, नाभी-आसन.

३०. **ड़ोळ्यांसाठी** - सर्वांगासन, सर्पासन, वज्रासन, धनुरासन, चक्रासन करा.

३१. **क़ेसांसाठी** - सर्वांगासन, सर्पासन, शतुरमुर्गासन, वज्रासन करा.

३२. **क़बरेसाठी** - सर्पासन, पवनमुक्तासन, सर्वांगासन, वज्रासन, योगमुद्रासन.

३३. **प्लिहासाठी** - सर्वांगासन, हलासन, नाभी-आसन, यानासन करा.

३४. **उंची वाढविण्यासाठी** - ताडासन, शक्ती संचालन, धनुरासन, चक्रासन, नाभी-आसन.

३५. **क़ानासाठी** - सर्वांगासन, सर्पासन, धनुरासन, चक्रासन.

३६. **झोप येण्यासाठी** - सर्वांगासन, सर्पासन, सुप्तवज्रासन, योगमुद्रासन, नाभी आसन करा.

विशेष: प्रत्येक आसन मोकळ्या जागी मोकळ्या हवेत करायला हवे.

दिनचर्या :

तसे तर प्रत्येक व्यक्ती स्वतः आपली दिनचर्या नक्की करीत असते. तसेच प्रत्येकाची दिनचर्या त्याच्या गरजा आणि आवश्यकता यावर अवलंबून असते; पण तुम्हाला जर योगाला आपल्या जीवनाचा एक भाग बनवायचे असेल आणि निरोगी जीवन जगायचे असेल तर खालीलप्रमाणे दिनचर्या स्वीकारू शकता.

सकाळी ४- ५ वाजेपर्यंत - ब्रह्ममुहुर्त (उषःकाळ) उठणे, देवाचे नामस्मरण करणे.

सकाळी ५- ६ वाजेपर्यंत - शौच, दंतधवन, स्नान, इ.

सकाळी ७-८ वाजेपर्यंत - हवन, स्वाध्याय.

सकाळी ८-९ वाजेपर्यंत - क़ौटुंबिक कामे

सकाळी ९-१० वाजेपर्यंत - ज़ेवण.

सकाळी १० ते संध्याकाळी ५ वाजेपर्यंत - आपले व्यवसायिक काम

संध्या. ५- ६ वाजेपर्यंत - कौटुंबिक कामे

संध्या ६-७ वाजेपर्यंत - शौच, आसन, संध्या, हवन.

संध्या ७- ८ वाजेपर्यंत - फिरणे, स्वाध्याय.

संध्या ८-९ वाजेपर्यंत - ज़ेवण

संध्याकाळी ९ ते रात्री १० वाजेपर्यंत - संगीत, व्याख्यान, सत्संग,स्वाध्याय इ.

इच्छेनुसार परोपकाराचे काम करा. दिवसभरातील चांगल्या-वाईट कामाचे चिंतन करा.

त्यानंतर सर्व विचार आणि चिंता आपल्या डोक्यातून काढून टाकाव्यात, निश्चिंत होऊन देवाचे नामस्मरण करावे आणि विश्रांती घ्यावी.

योगासनाशी संबंधित नियम आणि दक्षता

'योग' वास्तविक पाहता प्राचीन भारतातील ऋषी-मुनींनी मानवी जीवन शारीरिक, आत्मिक, मानसिक आणि आध्यात्मिकरित्य सजग, निरोगी आणि स्वस्थ ठेवण्यासाठी असलेल्या क्रिया आणि ससरावाचे सार आहे. मन, बुद्धी, शरीर, चित्त, आत्मा - या सर्वांना संतुलित ठेवून विविध प्रकारची शिस्त आणि संयम याद्वारे, मानवाला श्रेष्ठ प्रकारे जीवन जगणे शिकविण्याच्या आचार संहितेला 'योग' म्हणतात. मुळात योगाचा अर्थ कोणत्याही दोन वस्तुंना किंवा विचार अथवा क्रियांना जोडणे असा आहे. ज़ीवन संदर्भात याचा मूळ अर्थ आहे, शरीर आणि मन एकाग्र करून त्याद्वारे आपले इच्छित फळ साध्य करून घेणे. हे पूर्ण शास्त्रच व्यवहार्य प्रयत्नांवर आधारित आहे. याचा कोणत्याही धर्म किंवा पंथाशी काहीही संबंध नाही. भाषा,संस्कृती आणि उपचार याद्वारे क़ोणताही धर्म कोणत्याही बंधनात अडकविला जाऊ शकत नाही. त्याच प्रमाणे योग ही सुद्धा भारतीय मुनींनी शोधून काढलेली एक जीवन पद्धती आहे, ज्याचे महत्त्व हळू हळू सर्व जगाने स्वीकारले आहे. ज़वळपास मागील एका शतकापासून योगला विविध स्वरूपात जगभर हळू हळू- कमी अधिक प्रमाणात स्वीकारले जात आहे. आता तर भारताचे पंतप्रधान नेरंद्र मोदीजी यांच्या प्रयत्नामुळे २१ जून हा दिवस आंतरराष्ट्रीय योग दिवस म्हणून साजरा केला जात आहे. योगाचे स्वरूप खूप मोठे आहे. ते काही आसने आणि क़ाही क्रिया इतकेच मर्यादित नाही. ख़ाणे-पिणे, राहणे-वागणे, विचार-आचार हे सर्व काही याद्वारे संयमित केले जाते. ही तर एक उर्जादायी जीव पद्धती आहे. जिथे जशा प्रकारची ऊर्जा हवी आहे, त्या प्रमाणे त्याचा वापर केला जातो. ज़से वीज उष्णता निर्माण करते आणि गारवाही देते, त्याप्रमाणे योग आहेत.यामुळे निरोगी रहायलाही शिकता येत आणि आजारापासून बचावही केला जाऊ शकतो. बौद्धिक पातळीही उंचावली जाते आणि शरीर सौष्ठवही जपले जाऊ शकते. ध्यान आणि समाधी लावण्यासाठी सहाय्यक असलेली ही पद्धत विषय भोगातील सुखाचा आनंद घेण्यासाठीही तितकीच उपयुक्त ठरते. ही तर एक अमर वेल आहे, तिचा हवा तसा उपयोग करता येऊ शकतो. या

पुस्तकातील मर्यादित स्वरूपात आपण त्याचा उपयोग फक्त रोगांपासून मुक्त होण्यासाठीच करणार आहोत कारण ज़र योग्य स्वरूपात, योग्य प्रकारे आणि योग्य तीव्रतेने त्याचा सराव आणि त्यावर अंलम केला तर अनेक घातक आजारही यामुळे बरे झाल्याची उदाहरणे मिळतात. इथे एक गोष्ट लक्षात ठेवायला हवी की योग काही जादूचा चमत्कार दाखवित नाही. तो हळूहळू शररीत पसरलेल्या आजाराचा नायनाट करून त्याला समूळ नष्ट करतो. त्यामुळे एका रात्रीतून चमत्कार होईल, असा विचारही करू नये. योगामुळे रोगमुक्ती तेव्हाच शक्य होते, जेव्हा संयम, धैर्य, शिस्त, समयबद्धता आणि पूर्ण विश्वासाने या पद्धतीचा स्वीकार कराल.

योगासनाशी संबंधित नियम आणि दक्षता जाणून घेणेही खूप आवश्यक आहे. योगाचा अभ्यास करणाऱ्यांनी या गोष्टीकडे लक्ष दिले तर त्याला चांले परिणाम मिळतील.

म्हणून मग योगाभ्यास आणि योग क्रिया करायच्या आधी ख़ालील सावधगिरी बाळगा.

वेळ काळ

आसने सकाळी आणि संध्याकाळी अशा दोन्ही वेळी करता येतात. तरीही सकाळची वेळ उत्तम आहे. सकाळी मन शांत राहते. सकाळी प्रातःविधी वगैरे आटोपून रिकाम्या पोटाने किंवा दुपारच्या जेवणानंतर ५-६ तासांनी सांयकाळी योग करता येतात. आसने करायच्या आधी शौच आदी करायला हवे. फक्त वज्रासनासारखी काही मोजकीच आसने पोट रिकामे न करताही करता येतात. मलावरोध होत असेल तर सकाळी चांदी किंवा तांब्यांच्या भांड्यात ठेवलेले पाणी प्यायला हवे. त्यानंतर थोडे फिरावे. यामुळे पोट साफ होते. ज़ास्त मलावरोध असेल तर त्रिफळा चूर्ण रात्री झोपताना सेवन करावे.

ठिकाण

स्वच्छ, शांत आणि एकांत ठिकाण योग करण्यासाठी उत्तम असते. कारण ताज्या आणि मोकळ्या हवेत योगासने करणे चांगले समजले आहे. घराच्या छतावर, लॉनमध्ये, बाग-बगिचा किंवा उद्यानात, तळे किवा नदीच्या काठावर योग करणे सर्वोत्तम असते. मोकळ्या वातावरणात किंवा झाडांच्या आसपास ऑक्सिजन मोठ्या प्रमाणात असतो. ज़ो आरोग्यासाठी उत्तम असतो. ज़्या ठिकाणी योगासने करायची आहेत. तेथील वातावरण शांत असायला हवे. घरातच योगासने करायची असतील तर धूप, तुपाचा दिवा किंवा गुग्गुळ जाळून वातावरण सुगंधी करावे. अशा वातावरणात चित्त एकाग्र करणे सोपे जाते.

वेशभूषा

आसने करताना शरीरावर कमी आणि सोयीची वस्त्रे असायला हवीत. पुरूष टी शर्ट, ट्रॅक पॅंट,

हाफ पँट आणि बनियनचा वापर करू शकतात. स्त्रिया सुती किंवा थोडे सैलसर कपडे घालून योगासने करू शकतात.

समय बद्धता आणि प्रमाण

आपला सराव नियमित स्वरूपात समयबद्धरित्या करायला हवा. तुमच्याकडे जर संध्याकाळी ७.०० वाजताचा वेळ रिकामा असेल तर रोज त्याच वेळी आसने करायला हवीत. योगासने नियमित करणेच लाभदायी ठरते, तुकड्या तुकड्याने केल्यावर नाही. तुमची वेळच नक्की असायला हवी असे नाही तर योगासनाचा कालावधीही ठराविक असायला हवा. सुरूवात १० मिनिटांपासून करून नंतर हा कालावधी वाढवित न्यायला हवा. आसनांचा पूर्ण अभ्यास ६० मिनिटांचा, मध्यम सराव ३० मिनिटांचा तर थोडक्यात सराव १५ मिनिटांचा असतो. योग कितीही वेळ करा, पण ते कमीत कमी एक आठवडा तरी कायम ठेवा. त्यानंतच अवधी वाढवा.

आसन

जमिनीवर आंथरण्यासाठी मऊ सतरंजी, योगा मॅट. चटई किंवा चादर याचा वापर करावा. जमिनीवर खाली बसून योगासने करू नयेत.

वय

मन एकाग्र करून आनंदाने आणि उत्साहाने आपले वय, शारीरिक क्षमता आणि शक्ती लक्षात घेऊन यथाशक्ती सराव करायला हवा, तेव्हाच योगाचा जास्तीत जास्त लाभ होऊ शकतो. वृद्ध आणि दुबळ्या व्यक्तींनी आसने आणि प्राणायम कमी प्रमाणात करायला हवे. १० वर्षापेक्षा जास्त वयाची मुले सर्व प्रकारची योगासने करू शकतात.

अवस्था आणि दक्षता

सर्व अवस्थेमध्ये आसने आणि प्राणायम केले जाऊ शकते.पण एखाद्या आझाराने ग्रस्त असल्यावर किंवा आजारी अवस्थेत योगासने आरामशीर करायला हवीत. या क्रियेमुळे निरोगी व्यक्ती आणखी निरोगी होते. तरीही अशी काही आसने आहेत, जी आजारी व्यक्तीने करू नयेत. तसेच ज्यांचे कान वाहतात, डोळ्यात लालीमा आहे, स्नायू आणि हृदय दुबळे आहे त्यांनी शीर्षासन करू नये. हृदय दुबळे असणाऱ्यांनी अधिक भारी आसने ज़से पूर्ण शलभासन, धनुरासन करू नये. ज़्यामुळे नाभीच्या खालच्या भागावर जास्त दबाव पडतो. उच्च रक्तदाब असलेल्या व्यक्तीने शीर्षासन वगैरे तसेच महिलांनी मासिक पाळीच्या काळात ४-५ दिवस योगाभ्यास करू नये. ज़्यांची कंबर आणि मान दुखते त्यांनी पुढे झुकणारी आसने करू नयेत.

ग़रोदर महिलांनी गर्भावस्थेत अवघड आसने आणि कपालभाती अजिबात करू नये. त्यांनी फक्त हळुहळू दीर्घ श्वसन, प्रणव नाद आणि ग़ायत्रीसारख्या पवित्र मंत्राद्वारे ध्यान करावे. महिला प्रसूतीनंतर ३ महिन्यांनी आणि सिझेरियन झाले असेल तर ६ महिन्यांनी पूर्ववत योगाभ्यास करू शकतात.

एखाद्या गंभीर आजारापासून मुक्तत मिळविण्यासाठी आसने करीत असताना तज्ज्ञाच्या सल्ल्याने करावीत. योगाचा परिणाम लगेच होत नाही त्यामुळे योगासने सुरू असताना औषधेही लगेच बंद करू नयेत. जरा चांगले वाटायला लागल्यावर तपासणी करून घ्यावी आणि मगच डॉक्टरांच्या सल्ल्याने औषधे बंद करावीत. योगासनाचे परिणाम ६ महिन्यानंतर दिसून येतात. याशिवाय काही लोग आजारावर उपचार म्हणून योगासने करतात आणि आजार बरा झाला की सोडून देतात. इथे एक गोष्ट स्पष्टपणे लक्षात घ्यायला हवी की आजारावर उपचार हा योगाचा उद्देश नाही. तर भविष्यातील आजारापासून तुमचे रक्षण करणे आहे. योगामुळे रोग मुक्ती होते, हा त्याचा अतिरिक्त लाभ आहे.

घाई करणे

क़ोणत्याही आसनाच्या अंतिम अवस्थेत पोहचण्यासाठी घाई करू नका. क़ारण तुमची पद्धत थोडीही चुकीची असली तरीही अंतिम अवस्थेत पोहचल्याचा काहीही लाभ होत नाही. उदाहरणार्थ हलासनामध्ये जमिनीला स्पर्श करण्यासाठी गुढगे वाकवावेत हे चुकीचे आहे. जिथपर्यंत तुमचे पाय जाऊ शकतात, तिथपर्यंतच न्यावेत, पण गुढगे ताठ ठेवावेत.

आहार

आसने केल्यावर साधारणपणे अर्ध्या तासाने जेवण करायला हवे. आहारामध्ये सात्विक पदार्थ असावेत. तळलेल्या आणि गरेदार पदार्थांने जठराचे नुकसान होते. आसने केल्यावर लगेच कोणतेही पेय सेवन करू नये. चहा-कॉफी घेतल्यानंतर ३० मिनिटांनी तर पाणी प्यायल्यावर १५ मिनिटांनी आसने करणे उत्तम. आसने करताना तुमचे पोट भरलेले नसावे. ज़ेवण केल्यावर ३-४ तासांनी किवा हलके स्नॅक्स घेतल्यावर एका तासाने योगासने करू शकता.

श्वाच्छोश्वास

`आसने करीत असताना सामान्य नियम असा आहे की, पुढच्या बाजूला झुकताना श्वास बाहेर सोडतात तर मागच्या बाजूला झुकताना श्वास आत घेतात. श्वास घेण्यासाठी आणि सोडण्यासाठी श्वास नलिकेचाच वापर करायला हवा. तोंडाने नाही कारण नाकाने घेतलेला श्वास फिल्टर होऊन आत जातो.

ध्यान

ड़ोळे बंद करून ध्यान केल्यामुळे मनाची एकाग्रता वाढते. त्यामुळे मानसिक तणाव आणि चंचलता दूर होते. ध्यान शरीराच्या त्या भागावर केंद्रित करा, ज्या ठिकाणी आसनाचा परिणाम होणार आहे. जिथे दबाव पडत आहे. पूर्ण भावाने केला तर त्याचा तुमच्या शरीरावर नक्कीच चांगला परिणाम होतो. सामान्यपणे आसने आणि प्राणायम डोळे उघडे ठेवूनही करू शकता.

क्रम

आसने वगैरे करण्याचा एक क्रम असतो, तो समजून घ्यावा. एखादे आसन डाव्या बाजूने केले असेल तर ते उजव्या बाजूनेही करायला हवे. याशिवाय आसनांचा एक असा क्रम नक्की करायला हवा, की लगतच्या दोन आसनांमध्ये विरूद्ध दिशने पेशी आणि सांध्यांचा व्यायाम व्हायला हवा. उदाहरणार्थ सर्वांगासनानंतर लगेच मत्स्यासन, मंडुकासनानंतर उष्ट्रासन करायला हवे. नवीन सराव करणाऱ्यांना २-४ दिवस पेशी आणि सांध्यांमध्ये त्रास होऊ शकतो. त्यांनी सराव थांबवू नये. हा त्रास आपोआप कमी होतो. झोपून केलेल्या आसानानंतर उठायचे झाल्यास आधी डाव्या कुशीवर व्हावे आणि मग उठावे. सरावाच्या शेवटी ८-१० मिनिटे शवासन नक्की करावे. त्यामुळे अंग-अगं शिथील होऊन तणावमुक्त होते.

विश्राम

आसन करीत असताना जेव्हा केव्हा थकवा जाणवायला लागेल तेव्हा शवासन किंवा मकरासनामध्ये जाऊन विश्रांती घेऊ शकता. ज़ास्त थकल्यावर मध्येच आरामही करू शकता.

ग़ुरू

योगाची सिद्धी गुरूकृपा आणि गुरूचे मार्गदर्शन यामुळेच होते. त्यामुळे योगासन, ध्यान, प्राणायाम, हे सर्व करण्याची सुरूवात गुरूच्या सहवासातच करायला हवी.

यम- नियम

योगाचा सराव करणाऱ्याने यम-नियमांचे पालन पूर्ण सामर्थ्यानिशी करायला हवे. यम नियमाचे पालन न करता कोणीही व्यक्ती योगी होऊ शकत नाही.

शरीराचे तापमान

शरीराचे तापमान खूप जास्त वाढले असेल किंवा ताप आला असेल, तर चंद्र स्वर म्हणजे डाव्या नाकपुडीने श्वास आत घेऊन (पूरक करून) सूर्य स्वर म्हणजे उजव्या नाकपुडीने तो बाहेर सोडण्याची (रेचक करून) प्रक्रिया वारंवार करायला हवी. त्यामुळे शरीराचे तापमान सामान्य होऊ शकते.

पोटाची स्वच्छता (सफाई)

सिनर्ग उपचार आणि योगांच्या आचार्यांचे असे मत आहे, की सर्व शारीरिक आजाराचे मूळ पोट आहे. तुम्ही जे काही खात असता तेच सर्वात आधी अमाशयामध्ये पोहचत असते. तिथे असलेले

आम्लीय क्षार खालेले अन्न पचविण्याचे काम करतात. अन्न पचन झाल्यानंतर त्यातील पोषक घटक शोषून घेण्याचे काम आतडे करतात. हे पोषक घटक मग यकृतामध्ये जातात. यकृत त्यापासून रक्त निर्माण करून आपले जीवन धारा प्रवाही करीत असतो. त्यामुळे योगासन करणाऱ्या लोकांसाठी त्यांचे पोट साफ असणे अतिशय महत्त्वाचे आहे. पोट साफ नसलेल्या स्थितीत नाक, कान, डोळे, चेहरा, डोके यावर विकार दिसू लागतात तसेच स्नायु दुबळे झाल्याचा त्रास होऊ शकतो. त्यामुळे पोट साफ होणे, त्यामध्ये मलावरोध नसणे, अपचन न होणे. रात्रीच्या वेळी पूर्ण झोप होणे आणि योग्य प्रकारे आहार-विहार करणे खूपच आवश्यक असते.

क्ऱठीण आसने

ज़्या व्यक्तीची हाडे कधी ना कधी तुटली आहेत, त्यांनी कठीण प्रकारची आसने कधीही करू नयेत. नाही तर मग त्याच ठिकाणी हाड पुन्हा तुटू शकते.

घाम आल्यावर

सराव करीत असताना घाम आला तर टॉवेलने पुसून घ्यावा. त्यामुळे चपळपणा येतो. त्वचा निरोगी राहते तसेच त्वचेच्या माध्यमातून जीवाणू शरीरात प्रवेश करू शकत नाहीत. सराव केल्यानंतर ३० मिनिटांनी शरीराचे तापमान सामान्य झाल्यावर तुम्ही स्नान करू शकता.

विविध आसने

हे खरे आहे की योग एक शास्त्रीय पद्धत आहे, पण त्याचा लाभ घेण्यासाठी आपल्याला फक्त आसनांचे ज्ञान असणे पुरेसे असत नाही, तर त्यांना कोणत्या आजारात, कशा प्रकारे, किती वेळ आणि कोणती सावधनाता घेऊन करायला हवेत, याचीही माहिती असायला हवी. वय, अवस्था आणि आजारानुसार योग आपल्या जीवनात मानसिक शांततेच्या बरोबरीने शारीरिक संपन्नताही आणतात. प्रत्येक योगासनाचे एक महत्त्व आणि लाभ आहे. तो अशा प्रकारे आहे.

१. शशांकासन

शशांक म्हणजे ससा. तो या आसनामध्ये बसतो किंवा झोपतो म्हणून त्याला 'शशांकासन' म्हणतात. सर्वात आधी जमिनीवर वज्रासनामध्ये बसावे. मग खोलवर दीर्घ श्वास घ्यावा. त्याच वेळी दोन्ही हात वर करून वरच्या दिशेला ताठ करावेत. लक्षात ठेवा, हाताचे तळवे उघडे आणि समोरच्या दिशेने असायला हवेत. आता श्वास बाहेर सोडीत कंबरेपर्यंतचा भाग ख़ाली वाकवित आपल्या दोन्ही हातांचे तळवे जमिनीवर टेकवावेत.

वाकलेल्या अवस्थेत श्वासांची गती सामान्य असावी. आपल्या क्षमतेनुसार आणि आवश्यकतेनुसार या आसनात रहा. मग हळूहळू हात वर घ्या. अशा प्रकारे या आसनाचे एक चक्र पूर्ण झाले. हे आसन किमान ५ वेळा तरी करावे.

लाभ : या आसनाचा सराव केल्याने आपले मन शांत राहते. एकाग्रता , ठाम निश्चय, क्रोधावर

नियंत्रण, मानसिक संतुलन, बुद्धीचा विकास आणि दृष्टिकोन सकारात्मक होतो. यामुळे दमा, हृदय विकार, फुफ्फुसाचे विकार आणि श्वासाशी संबंधित विकार दूर होतात. हे आसन पाठीच्या मणक्यासाठीही खूप उपयुक्त आहे. चेहऱ्यावव लाली, कांती आणि तेज येते. महिलांसाठी हे आसन विशेषत्वाने लाभदायी आहे. शशांकासन आपल्या पर्ण शरीराचा थकवा दूर करते.

विशेष : स्लीप डिस्क, गरोदर स्त्रिया आणि सांधे वाताचे रोगी यांनी गुरूच्या मार्गदर्शनाशिवाय या आसनाचा सराव करू नये.

२. ग़ोमुखासन

या आसनामध्ये आपल्या शरीराची आकृती गायीच्या मुखासारखी होते. त्यामुळे आपल्या योग्यांनी त्याचे नाव 'गोमुखासन' ठेवले आहे.

कृती - ज़मिनीवर बसावे. त्यानंतर ड़ावा पाय समोरून वाकवून त्याची टाच नितंबापर्यंत आणावी. उजवे नितंब टाचेला टेकवून बसावे. अशाच प्रकारे उजवा पाय वाकवून डाव्या नितंबापर्यंत आणावा. आपल्या गुढग्याची स्थिती अशी असावी की दोन्ही एक दुसऱ्यावर असायला हवेत. आता डावा हात मागे वाकवून मागच्या बाजूला वळवावा. आता उजवा हात समोरून वाकवावा आणि दोन्ही हातांची बोटे मागच्या बाजूला एकमेकांत गुंतवावीत. थोडा वेळ याच अवस्थेत रहावे. लक्षात ठेवा कंबर, मान आणि डोके सरळ असायला हवे. नजर समोरच्या दिशेला असायला हवी आणि श्वासांची गती सामान्य असावी. क़ाही वेळ आपल्या क्षमतेनुसार राहिल्यानंतर आता पायांची स्थिती बदलावी. तसेच हातांची स्थिती बदलून याचा पुन्हा सराव करावा. हे आसन दोन्ही बाजूने कमीत कमी ३ - ३ वेळा करायला हवे.

लाभ : हे आसन दमा आणि क्षय रोग्यासाठी रामबाण काम करते. याच्या सरावाने धातुची दुर्बलता, मधुमेह, प्रमेह, बहुमूत्र इ. आजार दूर होतात. या आसानामध्ये जेव्हा आपण एका बाजूचा हात वर उचलीत असतो, तेव्हा एका बाजूच्या फुफ्फुसातील श्वास थांबत असतो. त्यामुळे आपल्या फुफ्फुसांची सफाई आणि रक्ताभिसरण वाढते. आपल्या फुफ्फुसालां असलेल्या एक कोटी छिद्रांमध्ये योग्य प्रकारे रक्ताभिसरण होते. या आसानामुळे महिलांच्या मासिक पाळीशी संबंधित समस्या आणि

ल्युकेमियाचा त्रास दूर होतो. तसेच महिलांचे वक्ष सुडौल होतात. छाती रुंद होते. पाठ, मान. पाय आणि मांड्या मजबूत होतात. सांध्याचा विकार दूर होतो. अंडकोशाशी संबंधित आजार दूर होतात. स्त्री-पुरूष दोघांसाठीही हे आसन उपयुक्त आहे.

विशेष : या आसनाचा सराव घाई घाईत करू नये. साधक वज्रासनात बसण्यात तरबेज झाल्यावरच याचा सराव सुरू करावा.

३. धनुरासन

या आसनामध्ये आपल्या शरीराची अवस्था 'धनु' म्हणजे 'धनुष्या'सारखी होते, त्यामुळे योग्यांनी त्याचे नाव 'धनुरासन' ठेवले आहे.

कृती - पोटावर जमिनीवर झोपावे आणि गुढग्यापर्यंत आपले पाय मागच्या दिशेने वाकवावेत.

दोन्ही हाताने आपल्या पायाचे पंजे पकडून पाय बाहेरच्या दिशेने फाकवावेत. आता श्वास रेचन करीत म्हणजे बाहेर सोडीत पाय वर उचलावेत. शरीराची आकृती धनुष्यासारखी करावी. आपले जास्तीत जास्त शरीर वरच्या बाजूने ताणावे. पोटाचा भाग जमिनीला स्पर्श करीत असावा. श्वास रोखून या आसनाच्या स्थितीत जोपर्यंत राहणे शक्य होईल तोपर्यंत रहावे. अशक्य झाल्यावर श्वास सोडून परत यावे. अशा प्रकारे या आसनाचे एक चक्र पूर्ण होते. क़मीत कमी ३-५ चक्राचा रोज सराव करावा.

लाभ आणि प्रभाव : या आसनाचा सराव केल्यामुळे मलावरोध, अपचन, ग़ॅस आणि अजीर्ण यासारखे त्रास दूर होतात. याचा सराव केल्याने कंबर बारीक आणि छाती रुंद होते. यामुळे घसा, खांदे आणि हातांचा व्यायाम चांगल्या प्रकारे होतो. श्वासाशी संबंधित विकारामध्ये ते रामबाण काम करते. या आसनामुळे आपले हृदय मजबूत होते. महिलांचे मासिक पाळीचे विकार, ग़र्भाशयाचे विकार आणि वांझपणा यामध्ये उपयुक्त आहे. यामुळे आपले लिव्हर आणि प्रॅंक्रियाजचा मसाज होतो.

विशेष : हृदय विकार, उच्च रक्तदाब, अल्सर, हार्नियाचे रूग्ण आणि गरोदर महिलांनी याचा सराव करू नये.

४. उर्ध्व धनुरासन

हे योगासन केल्यामुळे शरीरातील सर्व मांसपेशी योग्य पद्धतीने काम करू लागतात. तसेच हात आणि मनगटांमध्येही नवीन शक्तीचा संचार होतो. हे केल्यामुळे पाय, पोट आणि पाठीचा कणाही चांगल्या अवस्थेत राहतो. निराशा दूर होते आणि शरीरात नवीन ऊर्जेचा संचार होतो.

कृती - मॅटवर सरळ झोपावे. आता हाताचे तळवे मागच्या बाजूला करावेत आणि पायाचे पंजे समोरच्या बाजूला करावेत. हळूहळू कंबर वर उचलायला सुरूवात करावी. क़ंबर जितकी वर नेता येईल तितकी न्यावी. तुमचे तोंड सरळ असू शकते किंवा जमिनीच्या दिशेनेही असू शकते.

लाभ : निराशा दूर करण्यासाठी हे आसन मदत करते.

५. उतिथा अर्ध धनुरासन

हे योगासन केल्यामुळे पाठीचा कणा आणि पायांना खूप चांगली मजबुती मिळते. पोटांतील अवयवांच्या कामांमध्येही स्फूर्ती येते.

कृती - मॅटवर सरळ उभे रहावे. ड़ाव्या पायावर शरीराचा निम्मा भार टाकावा. उजवा पाय हवेमध्ये अर्धा वाकवावा. मग तो गुढग्यातून मागच्या बाजूला वाकवावा. उजव्या हाताना त्या वाकवलेल्या पायाचा पंजा धरून ठेवावा. ड़ावा हात समोरच्या दिशेला वरच्या बाजूने सरळ करावा. दीर्घ श्वास घ्या. नजर समोर ठेवा.

लाभ : पाठीच्या कणाला खूप मजबुती मिळते.

६. पादांगुष्ठा धनुरासन

हे योगासन केल्यामुळे आपल्या पाठीचा पूर्ण मणका आणि पोटाच्या भागात ताजपणे येतो. हे केल्यामुळे आपले मुत्रपिंड योग्य पद्धतीने काम करू लागतात. तसेच आपल्या उभे राहण्याच्या पद्धतीततही नावीन्य येते. यामुळे पाठीमागच्या आणि मांड्यातील मांसपेशीही तंदुरूस्त होतात.

कृती - धनुरासनाच्या मुद्रेमध्ये या. संतुलन कायम झाल्यावर पाय वरच्या दिशेने न्या. बोटे गुढग्याच्या दिशेने न्या. क़ाही वेळ याच अवस्थेमध्ये रहा. मग हळूच गुढग्याला ढिले सोडून द्या. पुन्हा पूर्वीच्या स्थितीमध्ये या.

लाभ : पाठीचा कणा तंदुरूस्त ठेवतो.

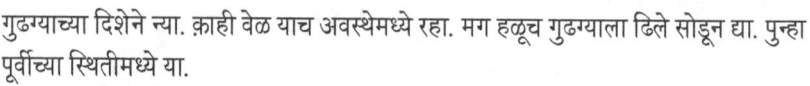

७. वज्रासन

याला 'वीरासन' असेही म्हणतात. या आसनाचा थेट प्रभाव आपल्या वज्र नाडीवर होतो. याच्या सरावाने वज्र दगडासारखा कठोर आणि टणक होतो. त्यामुळे आपल्या योग्यांनी त्याचे नाव 'वज्रासन' ठेवले आहे. या आसनामध्ये इस्लाम आणि बौद्ध धर्माचे अनुयायी पुजेला बसतात.

कृती - दोन्ही पाय मागच्या बाजूला वळवून गुढग्यावर जोर देऊन बसावे. पायाचे तळवे वरच्या दिशेने असायला हवेत. दोन्ही पायांचे आंगठे परस्परांना भीडलेले हवेत. टाचा अशा प्रकारे ठेवाव्यात की नितंब त्यावर असावेत. दोन्ही हात मांड्यावर ठेवावेत. क़ंबर, मान, छाती सरळ असायला हवी. श्वास आत घ्यावा आणि छाती पुढे काढावी. आपल्या श्वासांची गती सामान्य असायला हवी. या आसनाचा सराव आपली क्षमता आणि काळानुसार करायला हवा. सुरूवातीला कमीत कमी २ मिनिटे या अवस्थेत रहायला हवेत. सराव झाल्यावर हळूहळू याचा कालावधी वाढवायला हवा.

लाभ : याचा सराव केल्यामुळे मलावरोध, अपचन, वात, इ. आजार मुळापासून संपतात. पचन क्रिया वेगवान होते. अतिनिद्रा असणाऱ्यासाठी हे आसन खूप उपयुक्त आहे. या आसानामध्ये नाडीचा प्रवाह उर्ध्वगामी होतो. त्यामुळे जेवण लवकर पचन होते. ग़र्भावस्थेमध्ये ज्या महिला याचा सराव करतात, त्यांची डिलिव्हरी नॉर्मल होण्यासाठी मदत होते. आपल्या प्रजनन संस्थेतील अवयवांमध्ये रक्त प्रवाह या आसनामुळे जास्त होत नाही, त्यामुळे अंडवृद्धी किंवा (हायड्रेसील) नावाचा विकार होत नाही.

सावधानता : सांधे दुखी असलेल्यांनी या आसनाचा सराव करू नये.

विशेष : नवीन साधकांना आपल्या पायांचे तळवे, टाचा यामध्ये वेदनेची जाणीव होते. आसन संपल्यावर आपल्या पायांना हालवावे. त्यामुळे पायातील रक्त प्रवाह चांगल्या प्रकारे होतो. हे एक असे योगासन आहे, ज़े जेवण केल्यानंतरही केले जाऊ शकते.

८. सर्वांगासन

हे योगासन केल्यामुळे आपल्या शरीरातील सर्व अवयवांचा व्यायाम होतो म्हणून आपल्या ऋषी - मुनींनी त्याचे नाव 'सर्वांगासन' नाव दिले आहे.

कृती - ज़मिनीवर पाठीवर लोळावे. त्यानंतर दोन्ही पाय एकमेकाला लाऊन क़ंबरेपर्यंतचा भाग वरपर्यंत उचलावा. त्यानंतर दोन्ही हातांचा आधार द्यावा. पंजे ओढवाते, मांड्या आणि पाय सरळ ठेवाव्यात. लक्षात ठेवा पाय, मांड्या आणि कंबर सरळ ताठ ठेवावेत. हनुवटी घशातील घाटीला लावावी. आपले पाय ९० अंशाच्या कोनातून स्थिर ठेवावेत. श्वासाची गती सामान्य ठेवावी. जितका वेळ सहजपणे या स्थितीत राहता येईल तितके रहावे. अशक्य झाल्यावर हाताचा आधार काढून घ्यावा आणि हळूहळू सामान्य अवस्थेत रहावे. लक्षात ठेवा, परत येताना झटक्याने परत यावे. हे या आसनाचे एक चक्र पूर्ण झाले. याचा एका वेळीच सराव करावा. आसन पूर्ण केल्यावर थोडा वेळ शवासनात रहावे.

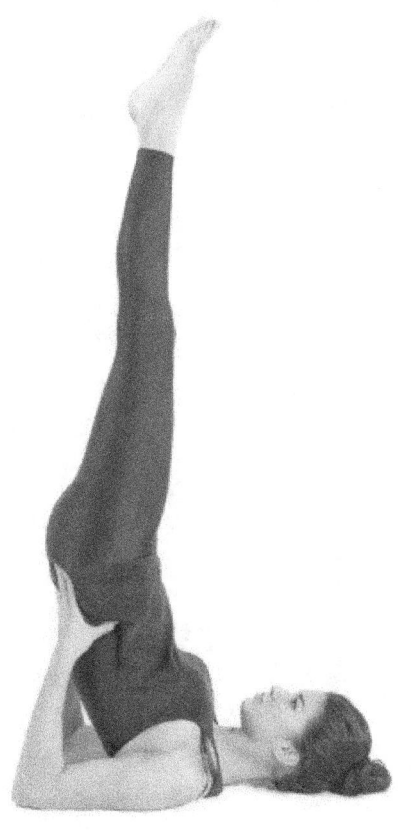

लाभ : याच्या नावात असल्याप्रमाणे सर्वांगासन हे शरीरातील सर्व अवयवांसाठी उपयुक्त आहे. यामुळे सर्व अवयवांचा व्यायाम होतो. हे

आसन रक्तशुद्धी, मेंदू आणि हृदय तसेच फुफ्फुसे यांच्यासाठी खूप उपयुक्त आहे. त्यामुळे नसांना बळ मिळते. ड़ोळयांमधील प्रकाश वाढतो. त्वचा रोग बरे होतात. संगीत प्रेमीसाठी उपयुक्त आहे. याच्या नित्य सरावाने गळा सुरीला होतो. ज़्या लोकांच्या पायांना जास्त उष्णता होते किंवा जास्त सर्दी होते, त्यांनी याचा सराव करायला हवा. यामुळे केस पिकणे आणि झडणे यासारखे आजार दूर होतात. व्यक्ती म्हातारपणावर विजय मिळविते. चेहरा कांतिवान होतो.

सावधानता : ज़्या लोकांना मान दुःखी, स्पिल डिस्क, उच्च रक्तदाब, हृदयरोग, डोळयांचे विकार, रक्ताच्या नाड्याविषयी कमकुवतपणा आणि गरोदर महिलांनी याचा सराव करू नये. हे योगातील कठीण आसनांपैकी एक आहे. त्यामुळे त्याचा अभ्यास गुरूच्या मार्गदर्शनाखालीच करायला हवा.

९. भूजंगासन

या आसनामध्ये आपल्या शरीराची आकृती फणा काढलेल्या भूजंगासारखी होते, त्यामुळे आपल्या योग्यांनी त्याचे नाव भूजंगासन ठेवले आहे.

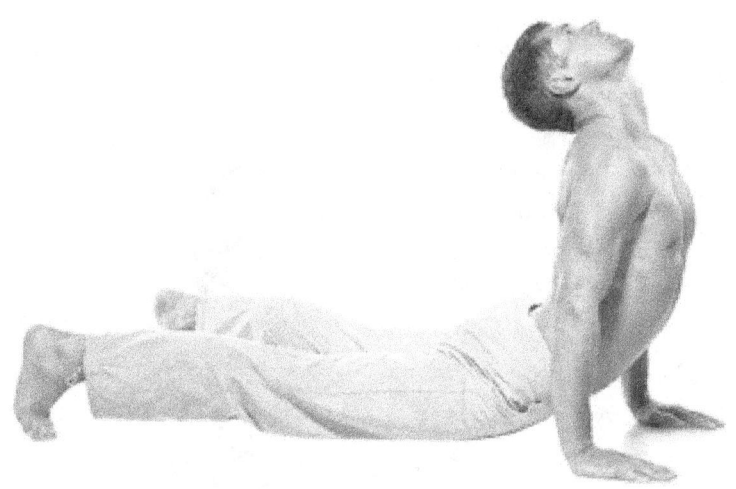

कृती - पोटावर झोपावे. पाय, तळवे, टाचा, मांड्या परस्परांना चिकटलेल्या असाव्यात. तळवे बाहेरच्या दिशेने ताठ ठेवावेत. दोन्ही हात खांद्याच्या शेजारी ठेवावेत. क़ोपर जमिनीला स्पर्श केलेल्या अवस्थेत असावेत. आता आपला कंबरेपर्यंतचा भाग हाताचा आधार घेऊन हळूहळू वर उचलावा. आपले दोन्ही कोपर थोडेसे वाकलेले असायला हवेत आणि मान मागच्या दिशेने वळलेली असावी.

थोडा वेळ याच अवस्थेत रहावे. हे आसन करताना श्वासाची गती सामान्य असायला हवी, हे लक्षात असू द्या. आपल्या क्षमतेपेक्षा जास्त काळ या अवस्थेमध्ये राहू नका. या आसनामध्ये कमीत कमी पाच चक्रांचा सराव करावा.

लाभ आणि प्रभाव : या आसनाच्या सरावामुळे कंबर दुखी, मानदुखी, सायटिका यासारख्या आजारापासून सुटका मिळते. टॉन्सिल आणि थायराईड ग्रंथी निरोगी राहतात. पोट आणि आतड्याचे विकार दूर होतात. पाठ, छाती, मान, हृदय आणि खांद्याच्या पेशी मजबूत होतात. लिव्हर चांगले राहतात. हे आसन मधुमेहामध्ये रामबाण काम करते. महिलांची ओव्हरी आणि गर्भाशयाला मजबुती मिळते. पाठीचा कणा लवचिक होतो. ज़्यांची गाठ वारंवार पडते, त्यांच्यासाठी हे खूपच उपयुक्त आहे.

सावधगिरी : हार्निया, अल्सर आणि हृदय विकार असणाऱ्यांनी या आसनाचा सराव करू नये. गरोदर महिला गुरूच्या मार्गदर्शनाखाली हे आसन करू शकतात.

१०. भूजंगासन अ

हे आसन आपली फुफ्फुसे आणि छातीतील तणाव कमी करते. हे केल्यामुळे पोट आणि हातांनाही बळ मिळते. त्यामुळे ते जास्त सक्रियपणे काम करू शकतात. यामुळे पाठीचा कणा लवचिक होतो तसेच थकवा आणि तणावापासून मुक्तताही मिळते. हे आसन पाठीच्या कण्यातील रक्ताभिसरणही ठीक करते.

कृती - पोटावर झोपावे. दोन्ही हात छातीच्या दोन्ही बाजूला खांद्याला भिडवून ठेवावेत. क़ोपर मागच्या भागाला लागलेले आणि जमिनीपासून वर उचललेले असावेत. श्वास आत घेऊन छाती वर उचलावी. बेंबीपर्यंतचा वरचा भाग उचलावा. मग काही काळ याच अवस्थेत रहावे. थोड्या वेळाने श्वास सोडीत खाली यावे. नंतर हीच क्रिया दुसऱ्या बाजूनेही करावी.

लाभ : थकवा आणि तणावापासून हे आसन मुक्ती मिळवून देते.

११. भूजंगासन ब

भूजंगासनाची ही स्थिती फुफ्फुसे आणि हृदय चांगले ठेवण्याबरोबरच थकवाही दूर करते. क़ंबर दुखी, स्लीप डिस्क यामध्ये हे आसन खूपच गुणकारी आहे. याशिवाय लिव्हर, किडनी आणि फुफ्फुसांच्या पेशींनाही ते मजबुती प्रदान करते. तसे जय लोकांना हार्निया किंवा पोटातील अल्सर असेल त्यांनी हे आसन करू नये.

कृती - याला पूर्ण भूजंगासनही म्हणतात. भूजंगासनाचा सराव योग्य प्रकारे होऊ लागल्यावर मगच पूर्ण भूजंगासन करण्याचा प्रयत्न करावा.

लाभ : छाती आणि फुफ्फुंसांची क़ार्य क्षमता वाढविण्यासाठी मदत करते.

१२. शलभासन

आपल्या योग्यांनी या आसनाचे नाव 'शलभासन' यासाठी ठेवले आहे की, हे आसन केल्यावर आपल्या शरीराची आकृती 'शलभ' म्हणजे 'टिड्डी' सारखी होते.

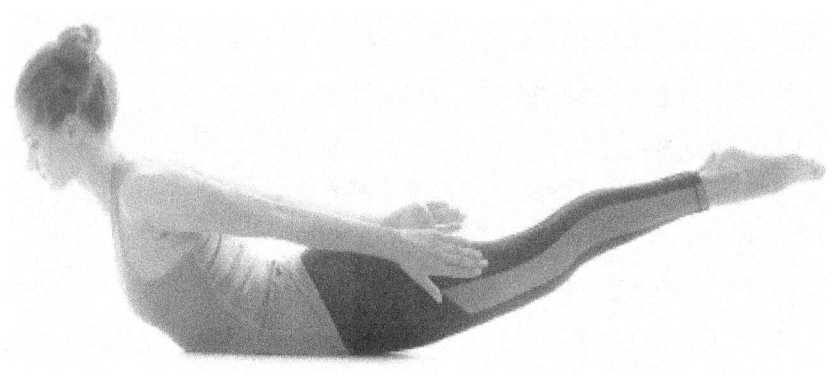

कृती - ज़मिनीवर पोटावर झोपावे. दोन्ही हात आपल्या मांड्यांच्या खाली ठेवावेत. हनुवटी जमिनीला स्पर्श करीत असावी. दोन्ही पायांचे ताळवे ताठ करावेत आणि ते एक दुसऱ्याला भिडलेले असावेत. त्यानंतर श्वास घेत कंबरेच्या वरचा आणि खालचा भाग वर उचलीत ख़ांदे, मान आणि डोकेही वर उचलावे. शरीराचा सर्व भार यावेळी आपल्या हातांवर असतो. आपल्या मांड्या जास्तीत जास्त वर उचलल्या जाव्यात यासाठी प्रयत्न करावा. श्वास रोखून ठेवून जितका वेळ सहजपणे या आसनात राहू शकाल तितका वेळ रहावे. मग हळूहळू श्वास सोडीत जमिनीवर यावे. हे आसनाचे एक चक्र पूर्ण झाले. हे आसन कमीत कमी ३-५ वेळा रोज करावे.

लाभ आणि प्रभाव : हे आसन केल्यामुळे आपली नाभी आपल्या स्थानी आपोआप येते, त्यामुळे नाभी सरकण्याच्या आजारापासून मुक्तता होते. आपली छाती आणि खांदे बलवान आणि सक्षम होतात. हे आसन पचनसंस्था आणि पार्श्वभाग व्यवस्थित करते. स्त्रियांच्या मासिक पाळीच्या समस्या आणि गर्भाशयाचे विकार यामुळे दूर होतात. तसेच गर्भधारणा करण्यासाठी हे आसन मदत करते. आतडे, मुत्राशय आणि पॅंक्रियाज ग्रंथी सक्रिय होतात. वीर्य दोषासारखे विकार दूर होतात.

सावधानता : हृदयविकार असलेले रुग्ण, उच्च रक्तदाब, अल्सर आणि हार्नियाच्या रुग्णांनी हे आसन करू नये.

विशेष : हे आसन कठीण आसनांपैकी एक आहे. त्यामुळे हे करीत असताना घाई करू नये.

१३. हलासन

आपल्या योग्यांनी या आसनाचे नाव 'हलासन' यासाठी ठेवले आहे की, हे आसन केल्यावर आपल्या शरीराची आकृती 'हल' म्हणजे नांगरासारखी होते. म्हणून याला 'हलासन' म्हणतात.

कृती - सर्वात आधी पाठीवर झोपावे. मग आपले दोन्ही पाय गुढग्यात न वाकू देता एकत्रित रित्या वर उचलावे आणि सरळ करावेत. मग नितंबासह कंबरही पायांसह वर उचलून पाय एकदम डोक्याच्या मागे न्यावेत आणि जमिनीला भिडवावेत. यावेळी पायाची बोटे आणि आंगठा याचा जमिनीला स्पर्श होत असावा. या पूर्ण प्रक्रियेत आपले पाय गुढग्यातून वाकू नयेत तसेच श्वासांची गती सामान्य असायला हवी. सहजपणे जितका वेळ या आसनात राहता येईल तितका वेळ रहावे. थांबणे अशक्य झाल्यावर पाय हळूहळू वरच्या दिशेने उचलावेत. मग ते सरळ करून जमिनीवर टेकवावेत. नवीन साधकाने किमान १० सेंकद तरी या आसनात राहण्याचा सराव करावा. सराव झाल्यावर २-३ मिनिटेही राहू शकता. याचा सराव एकदाच करावा. आसन संपल्यावर शवासन करावे.

लाभ आणि प्रभाव : हे आसन मधुमेह, यकृत, प्लिहा आणि पोटांच्या विकारासाठी अतिशय लाभदायी आहे. यामुळे पाठीचा मणका सबळ आणि लवचिक होतो. क़ेसांसाठी, चेहऱ्यावरील लालिमा, ड़ोळ्यांचे विकार यासाठी हे रामबाण काम करते. हे आसन तारुण्य जास्त काळ टिकविण्यासाठी उपयुक्त आहे. हे आसन थायराईड, पॅराथायराईड ग्रंथीची कार्यक्षमता वाढविते. हे आसन श्वास, दमा, ताप आणि महिलांशी संबंधित सर्व आजारांसाठी उपयुक्त आहे.

सावधानता : स्लिप डिस्क, मानचे विकार, हृदयरोग, उच्च रक्तदाब, हार्निया असलेल्यांनी या आसनाचा सराव करू नये. अर्थात हे आसन योगामधील थोडेसे कठीण प्रकारचे आसन आहे. त्यामुळे त्याचा सराव करताना धीर ठेवायला हवा. योग गुरूच्या मार्गदर्शनाखाली याचा सराव केल्यास अतिशय चांगले.

१४. उत्तानपादासन

कृती - पाठीवर झोपावे. हाताचे तळवे जमिनीच्या दिशेने, पाय सरळ आणि तळवे परस्परांना भिडलेले असावेत. आता श्वास आत घेऊन पाय सुमारे १ फूट भर हळूहळू वर घ्यावेत. काही वेळ याच स्थितीमध्ये रहावे. परत येताना पाय हळू हळू खाली घेत जमिनीवर टेकवावेत. झटक्याने खाली आणू नयेत. थोडी विश्रांती घेऊन पुन्हा हीच क्रिया करावी. असे किमान ४-५ वेळा तरी करावे. ज़्यांची जास्त कंबर दुखते ते क्रमशः एकेका पायाने आलटून पालटून हे आसन करू शकतात.

लाभ आणि प्रभाव : हे आसन आतड्यांना सबळ आणि निरोगी बनविते. मलावरोध, गॅस, लठ्ठपणा इ. दूर करून जठराग्नी प्रज्वलित करतो. नाभी सरकणे, हृदय रोग, पोट दुखी, श्वास विकार यासाठीही हे उपयुक्त आहे. एकेका पायाने क्रमशः केल्यास कंबरदुखीमध्ये खूप उपयुक्त आहे.

१५. पद्मासन

हे अतिशय सोपे आणि सहज करता येणारे आसन आहे. यामुळे शरीराची मुद्रा योग्य होते. ध्यान एकाग्र करण्याची सुरूवात याच्यापासूनच होते.

कृती - दंडासनात बसून उजवा पाय डाव्या पायाच्या मांडीवर ठेवावा. अशाच प्रकारे डाव पाय उजव्या पायाच्या मांडीवर ठेवावा. पाठीचा कणा ताठ ठेवावा. सोयीनुसार डावा पायही उजव्या पायावर ठेवू शकता. दोन्ही पायाची ओंजळ तयार करून (ड़ावा हात खाली उजवा हात वर) मांडीवर मधोमध ठेवावी.

नासिकाग्र किंवा कोणत्याही एका ठिकाणी मन केंद्रित करून इष्ट देवता किंवा परमात्म्याचे स्मरण करावे. सुरूवातीला फक्त १ - २ मिनिटे करा. नंतर हळूहळू वेळ वाढवित न्या.

लाभ : ध्यानासाठी उत्तम आसन आहे. मनाची एकाग्रता आणि प्राणोत्थानासाठी मदत करणारे आहे. ज़ठराग्नी तीव्र करते. वाताच्या व्याधीमध्ये अतिशय लाभदायक आहे. हे आसन विद्यार्थ्यांसाठी अतिशय चांगले समजले जाते कारण यामुळे स्मरणशक्ती आणि एकाग्रता वाढते. हे केल्यामुळे रात्री चांगली झोप लागते.

१६. पश्चिमोत्तानासन

हे आसन केल्यामुळे आपल्या पोटाचे स्नायू अतिशय मजबूत होतात. मुला-मुलींनी ह आसन आवश्य करायला हवे कारण ते उंची वाढविण्यासाठी उपयुक्त ठरते.

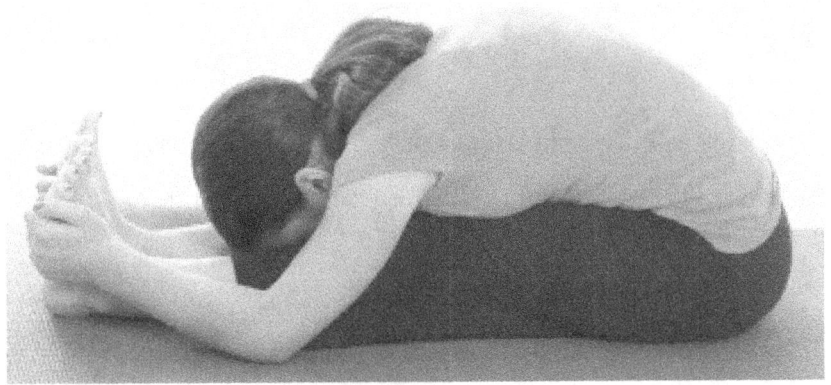

क्रृती - दंडासनात बसून दोन्ही हाताचे आंगठे आणि बोटांनी दोन्ही पायांचे आंगठे पकडावेत. श्वास बाहेर टाकीत डोके पुढच्या दिशेने झुकवित गुढग्याला डोक्याने स्पर्ष करण्याचा प्रयत्न करावा. यावेळी पोटाला उड्डयण बंधाच्या स्थितीत ठेवू शकता. गुढगे आणि पाय जमिनीला टेकलेले असावेत तसेच हाताचे कोपरही जमिनीला स्पर्श करीत असावेत. या स्थितीमध्ये आपल्या क्षमतेनुसार १ - ३ मिनिटे रहा. मग श्वास सोडीत पुन्हा आपल्या सामान्य स्थितीत या. या आसनानंतर याची प्रतियोगी आसने भूजंगासन किंवा शलभासन करायला हवे.

लाभ : मागच्या भागातील सर्व मांसपेशी विस्तृत होतात. पोटाच्या पेशींचे संकुचन होते, त्यामुळे त्यांचे आरोग्य सुधारते. 'हठयोग प्रदिपिका'' नुसार हे आसन प्राणाला सुष्मुना आणि उन्मुख करते. त्यामुळे कुंडलिनी जागृत करण्यासाठी मदत होते. यामुळे जठराग्नी प्रदीप्त होते आणि वीर्यासंबंधी सर्व समस्या दूर होतात. उंची वाढविण्यासाठी हे महत्त्वाचे आसन आहे.

१७. अर्धबद्ध पद्मा पश्चिमोत्तानासन

हे योगासन पाठीचा कणा आणि पोटाच्या मांसपेशी चांगल्या आणि मजबूत करण्यासाठी तुम्हाला मदत करते. हे आसन केल्यामुळे पचन संस्थाही चांगल्या प्रकारचे परिणाम देते.

कृती - मॅटवर बसावे आणि समोरच्या दिशेने दोन्ही पाय लांब करावेत. उजव्या पायाचा पंजा सरळ ठेवावा तर डावा पाय गुढग्यातून वाकवावा. ड़ाव्या हाताच्या गुढग्याला डाव्या हाताचा कोपर मिळवा. मधून हाताच्या तळव्याने पायाच्या तळव्याला धरावे. उजवा हात कमरेच्या मागील बाजूला न्यावा. तोंडाने डाव्या पायाला स्पर्श करण्याचा प्रयत्न करावा. दीर्घ श्वास घेत रहावे.

लाभ : पचन संस्था चांगली करण्यासाठी मदत करते.

१८. चक्रासन

या आसनामध्ये आपल्या शरीराची आकृती चक्र म्हणजेच चाकासारखी होते, त्यामुळे योग्यांनी त्याचे नाव चक्रासन ठेवले आहे.

कृती - पाठीवर झोपून पाय गुढग्यातून वाकवावेत. टाचा नितंबला स्पर्श करीत असाव्यात. दोन्ही हात उलटे करून खांद्याच्या मागे थोड्या अंतरावर जमिनीवर ठेवावेत. त्यामुळे संतुलन कायम राहते. आता श्वास आत घेत क़ंबरेचा भाग

आणि छाती वर उचलावी. हळूहळू हात आणि पाय जवळ आणण्याचा प्रयत्न करावा. त्यामुळे शरीराची स्थिती चाकासारखी होते. जितका वेळ सहजपणे या आसनात राहू शकाल तितका वेळ रहावे. आसनातून परत येताना शरीर सैल सोडून क़ंबर जमिनीवर टेकवावी. अशा प्रकारे ३-४ वेळा करावे. श्वासांची गती सामान्य असायला हवी.

लाभ : पाठीचा कणा मजबूत होऊन म्हातारपण येऊ देत नाही. ज़ठर आणि आतडे सक्रिय होतात. शरीरात स्फूर्ती, तेज आणि ऊर्जेचा संचार होतो. क़ंबर दुखी, श्वास रोग, डोकेदुखी, नेत्र रोग, सर्व्हायकल आणि स्पेंडोलेसिस या विकारामध्ये हे विशेष हितकारक आहे. हात आणि पायांच्या मांसपेशी सक्षम होतात. महिलांचे गर्भाशयाचे विकार दूर होतात.

सावधानता : हृदय रोगी, उच्च रक्तदाब असलेले रोगी, क़मकुवत मनगट असलेले, गर्भवती स्त्रिया आणि मासिक पाळी सुरू असलेल्या स्त्रियांनी या आसनाचा सराव करू नये. हे योगातील एक कठीण आसन आहे. त्यामुळे योग गुरूच्या मार्गदर्शनाखालीच त्याचा सराव करावा.

१९. मर्कटासन

कृती - सरळ झोपून दोन्ही हात खांद्याच्या रेषेत लांब करावेत. तळवे आकाशाच्या दिशेने उघडे असावेत. मग दोन्ही पाय गुढग्यात वाकवून नितंबा जवळ ठेवावेत.आता गुढग्याला उजवीकडे वळवित उजव्या गुढग्याने जमिनीला स्पर्श करावा. ड़ावा गुढगा उजव्या गुढग्यावर असावा. तसेच डाव्या पायाची

टाच उजव्या पायाच्या टाचेला स्पर्श करणारी असावी. मान डावीकडे वळवावी. अशाच प्रकारे डाव्या बाजूनेही हे आसन करावे.

लाभ : क़ंबर दुखी, सर्व्हायकल, स्पेंडोलायटीस, स्लिप डिस्क आणि सायटिका मध्ये हे आसन विशेष गुणकारी आहे. पोट दुखी, उलटी, मलावरोध, गॅस या समस्या दूर करून पोट हलके करते. नितंब आणि सांधेदुखीमध्ये विशेष लाभदायक आहे. पाठीच्या कण्याच्या सर्व विकृती दूर करते.

२०. उष्ट्रासन

आजार बरे करण्यासाठी हे आसन अतिशय महत्त्वाची भूमिका बजावते. विशेषतः श्वासाचे विकार दूर करण्यामध्ये तर हे आसन अतिशय लाभदायी आहे. हे केल्यामुळे छातीही वर आल्यासारखी दिसते तसेच क़ंबरेचा मागील भागही स्थिर दिसतो.

कृती - वज्रासनाच्या स्थितीत बसावे. पायच्या टाचा उभ्या करून दोन्ही हात त्यावर ठेवावेत. हात अशा प्रकारे ठेवावा की बोटे आतल्या दिशेने आणि आंगठा बाहेरच्या दिशेने राहील. श्वास आत घेऊन डोके आणि मान मागे वळवित कंबर वर उचलण्याचा प्रयत्न करावा. आता श्वास सोडीत टाचांवर बसावे. अशा प्रकारे ३-४ वेळा करावे.

लाभ : हे आसन श्वसन संस्थेसाठी अतिशय लाभदायक आहे. फुफ्फुसांच्या हालचाली व्यवस्थित करते. त्यामुळे दम्याच्या रोग्यांना फायदा होतो. स्पेंडोलायटिस आणि सायनाटिका यासारखे पाठीच्या कण्याचे सर्व विकार यामुळे दूर होतात. थायराईडसाठीही लाभदायी आहे.

२१. त्रिकोणासन

कृती - दोन्ही पायांमध्ये जवळपास दीड फुटांचे अंतर घेऊन सरळ उभे रहावे. दोन्ही हात खांद्याच्या रेषेत मागच्या बाजूला उघडलेले असावेत. श्वास आत घेत डावा हात समोरून घेत डाव्या पायाच्या जवळ ज़मिनीवर टेकवावा किंवा त्याने टाचेला स्पर्श करावा. तसेच उजवा हात वरच्या दिशेला करून मान आणि डोके वरच्या दिशेने वळवावे. मान वळवून उजवा हात पाहावा. मग श्वास सोडीत पूर्व

स्थितीमध्ये यावे. आता हेच आसन दुसऱ्या बाजूनेही करावे.

लाभ : क़ंबरेचा भाग लवचिक होतो. पार्श्वभागावर जमा झालेली चरबी कमी होते. मागच्या भागातील मांसपेशीवर जोर पडत असल्यामुळे त्यांची संरचना सुधारते. मानदुखी आणि कंबर दुखी दूर करण्यासाठीही त्रिकोणासन उपयुक्त आहे.

२२. परिव्रता त्रिकोणासन

हे आसन केल्यामुळे आपले पाय, पाठीचा कणा आणि शरीराचा पृष्ठभाग मजबूत होतो. श्वास घेण्यासाठी होणारा त्रास दूर होतो. क़ंबरेच्या खालच्या भागात होणारी वेदना, अस्थमा आणि अपचन या प्रकरणीही हे आसन उपयुक्त ठरते.

कृती - मॅटवर सरळ उभे रहावे. पाय मागे पुढे पसरावेत. आता एक हात जमिनीवर ठेवावा आणि दुसरा त्याच रेषेमध्ये आकाशाकडे न्यावा. नजर सरळ ठेवावी. श्वास हळूवार ठेवावा. हात खाली -वर करू शकता. पायांची स्थितीही बदलू शकता.

लाभ : हे आसन पायांना मजबूत करते.

२३. सिद्धासन

'सिद्धा' द्वारा शोधीत केलेले असल्यामुळे याचे नाव 'सिद्धासन'' आहे.

कृती - ज़मिनीवर बसून डावा पाय गुढग्यात वाकवून डाव्या पायाची टाच गुद्दा आणि अंड प्रदेश याच्या मध्ये ठेवावे. उजव्या पायाची टाच मूत्रेंद्रियाच्या वरच्या भागावर स्थिर करावी. ड़ाव्या पायाच्या मांडीवर उजव्या पायाची मांडी असायला हवी. पायाचे पंजे जांघा आणि पोटऱ्या याच्या मध्ये असावेत. गुढगे जमिनीला टेकलेले असावेत. दोन्ही हात ज्ञानमुद्रे (दोन्ही हाताचे आंगठे आणि तर्जन परस्परांना स्पर्श करीत असावेत तर उरलेली तीन बोटे सरळ असावीत.) च्या स्थितीमध्ये ग़ुढग्यावर टेकलेले असावेत. पाठीचा कणा सरळ असावा. ड़ोळे बंद करून दोन्ही भूवयांच्या मध्ये मन एकाग्र करावे.

लाभ : हे आसन ब्रह्मचर्याचे रक्षण करून उर्ध्वरेता बनविते. क़ामाचा वेग शांत करून मनाची चंचलता कमी करते. कुंडलिनी जागृत करण्यासाठी उत्तम आसन आहे. मूळव्याध आणि योन विकारांसाठी लाभदायी आहे. पचन शक्ती वाढविते. हृदय शक्तिमान होते. स्वप्न दोष, प्रमेह इ. धातु विकार दूर होतात.

२४. शीर्षासन

कृती - धोतर किंवा एखाद्या लांब कपड्याची गोलाकार चुंबळ बनवावी. दोन्ही हाताची बोटे परस्परात घालून कोपरापर्यंत हात जमिनीवर टेकवावेत. चुंबळ दोन्ही हातांच्या मध्ये ठेवावी. ड़ोक्याचा समोरचा भाग चुंभळीवर आणि ग़ुढगे जमिनीवर टेकलेले असावेत. आता शरीराचे वजन मान आणि

ग्रीव्हेवर संतुलीत करीत पाय जमिनीला समांतर सरळ करावेत. आता एक गुढगा वाकवून सरळ वर करावा. आता वाकलेले गुढगे एकेक करून क्रमाने वर उचलण्याचा प्रयत्न करावा. सुरूवातीला घाई करता कामा नये. हळू हळू पाय सरळ व्हायला लागतात. पाय सरळ झाल्यावर थोडे समोरच्या दिशेला वाकवून ठेवावेत. नाही तर मागच्या बाजूला पडण्याची भीती असते. ड़ोळे बंद ठेवावेत. श्वासाची गती सामान्य असावी.

ज़्या क्रमाने पाय वर नेले होते, त्याच क्रमाने त्यांना खाली आणायला हवे. आपल्या स्वभावानुसार शीर्षासनानंतर शवासन करावे. किंवा उभे रहावे. त्यामुळे रक्ताभिसरणाचा जो प्रवाह मेंदूकडे चालला होता, तो आता सामान्य होतो.

वेळ : या आसनाची सुरूवात १५ सेकंदापासून करावी. नंतर ते अर्धा तासही करू शकता. ज़ास्त सराव कोणाच्या तरी मार्गदर्शनाखाली करावा. सामान्य स्थितीमध्ये ५-१० मिनिटे करणे पुरेसे आहे.

लाभ : या आसनामुळे मेंदूला शुद्ध रक्ताचा पुरवठा होतो. त्यामुळे कान, नाक, डोळे यांना आरोग्य मिळते. पिट्युरी आणि पिन्युअल ग्रंथी निरोगी होऊन मेंदू सक्रिय होतो. स्मृती, बुद्धी आणि धारण शक्तीचा विकास होतो.

पचनसंस्था, अमाशय, यकृत यांना सक्रिय करून ज़ठराग्नी प्रदिप्त करते. अंत्रवृद्धी, अंत्रशोध, हिस्टेरिया, तसेच अंडकोष वृद्धी, हार्निया, मलावरोध इ. विकार दूर करते. थायराईड ग्रंथी सक्रिय होऊन दुबळेपणा आणि लठ्ठपणा दोन्ही कमी होते. क़ारण थायराईडची क्रिया अनियमित झाल्यामुळेच हे दोन्ही विकार होतात.

स्वप्नदोष, नंपुसकता, प्रमेह, वंध्यत्व यासारखे धातु रोग दूर होतात. चेहऱ्यावर ओज आणि तेज वाढते. अवेळी केस गळणे आणि पांढरे होणे हे विकारही दूर होतात.

सावधानता : ज्याचा कान वाहत आहे, त्यांनी हे आसन करू नये. जवळचे पाहण्यासाठी ज्यांना चष्मा आहे आणि ज्यांच्या डोळयात लाली आहे, त्यांनीही हे आसन करू नये. हृदय विकार, उच्च रक्तदाब आणि क़ंबर दुखी असलेल्या रोग्यांनी हे आसन करू नये. ख़ूप व्यायाम केल्यावर लगेच

शीर्षासन करू नये. हे आसन करताना शरीराराचे तापमान सम असायला हवे. सर्दी-पडसे झाल्यावरही हे आसन करू नये.

२५. एक पाद शीर्षासन

हेयोगासन केल्यामुळे पोटाच्या आसपासच्या भागातील रक्तप्रवाह तर चांगला राहतोच, शिवाय पाठीचा कणा मजबूत होतो. हे आसन केल्यामुळे हिमोग्लोबीनही चांगले राहते. तसेच शरीर आणि मेंदूही शक्तीमान होतो.

कृती - सावधान मुद्रेमध्ये यावे. दोन्ही खांदे ड़ोक्याच्या वर नेऊन हाताची बोटो परस्परात गुंतवावी. ताडासनाच्या मुद्रेमध्ये उभे रहावे. क़ंबर सरळ ठेवावी. श्वास आत घेत ख़ांदे वर उचलावेत. क़ंबरेच्या समोर ९० अंशामध्ये वाकावे. उजव्या पायाचे संतुलन कायम ठेवीत पाय मागच्या बाजूला तर हात समोरच्या बाजूला आणावेत. डावा पाय खांद्याच्या रेषेत ठेवावा. पाय जमिनीवर टेकवावा. मग सावधान स्थितीत यावे.

लाभ : हिमोग्लोबीनची पातळी चांगली ठेवते. मुलींसाठी अतिशय लाभदायक.

२६. मत्स्यासन

योगासनातील ही क्रिया घशाचे विकार बरे करण्याबरोबरच फुफ्फुसाला झालेले संक्रमणही बरे करते. मान आणि हातांमधील आंकुचलेपणा कमी करते. हे आसन केल्यामुळे थायराईड आणि पॅराथायराईड ग्रंथी चांगले काम करतात.

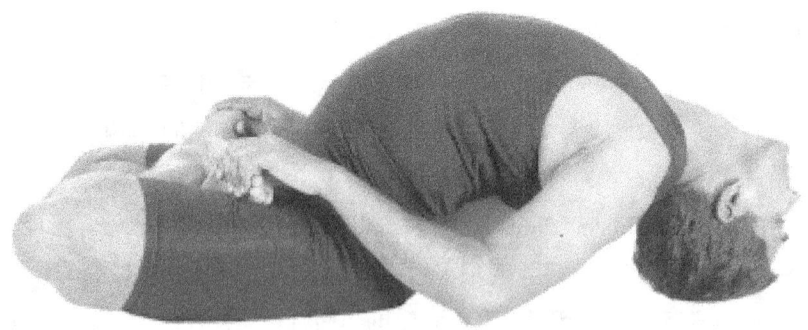

कृती - पदमासनामध्ये बसूनं हाताचा आधार घेत मागे कोपर टेकवून झोपी जावे. हात खांद्याच्या मागे टेकवून त्यांचा आधार घेत ग्रीवा जितकी मागे वळविता येईल तितकी वळवावी. पाठ आणि छाती वर उचलेलली तर गुढगे जमिनीला टेकलेले असावेत. हाताने पायाचे आंगठे धरून कोपर जमिनीवर टेकवावेत. श्वास आत भरून ठेवावा. आसन सोडीत असताना ज्या स्थितीपासून सुरू केले होते, त्याच स्थितीमध्ये परत यावे. किंवा मग पाय आणि मान सरळ करून शवासनाच्या स्थितीत झोपावे.

लाभ : घसा, छाती, पोटासाठी उत्तम आसन आहे. आतडे क्रियाशील करून मलावरोध नष्ट करते. थायराईड, पॅराथायराईड आणि अँड्रिनिल ग्रंथी निरोगी करते. सर्व्हायकल पेन किंवा ग्रीव्हाचे ममागील हाड वाढलेल्या स्थितीत हे खूपच लाभदायक आहे. दम्याचा विकार, गाठ सरकणे, सांधे दुखी बरी होते. फुफ्फुसांचे रोग दमा, श्वास यापासून मुक्तता मिळते. योनी मजबूत होते. तिचे विकार दूर होतात.

२७. ताडासन

हे योगासन केल्यामुळे मुलांची उंची वाढते. पायातील मांसपेशीही शक्तीमान होतात. गुढगे, मांड्या आणि सांधे मजबूत होतात. हे केल्यामुळे नर्व्हस सिस्टिमही सक्रिय राहते. मान दुखी, खांदे दुखी, ऑस्टीयोपोरोसिस, स्लिप डिस्क आणि सांधे दुखी यामध्येही लाभदायक आहे. ज़ेव्हा खूप थकवा जाणवते तेव्हा हे करून आराम मिळवू शकता. घाई घाईत अजिबात करू नका. पायांमध्ये ताळमेळ ठेवा.

कृती - ताडाच्या वृक्षाप्रमाणे एकदम सरळ उभे रहा. शरीर ताठ करा. डोक्याचा भाग, पाठ, नितंब आणि पायांची टाच सर्व काही एका रेषेत ठेवा. दोन्ही हात खाली आणि ताठ असावेत. आधी एक हात खांद्याच्या रेषेत ठेवून हळूहळू वर उचलावा. मग तो सरळ करावा. बोटे आकाशाकडे आणि सरळ ताठ केलेली असावीत. हीच क्रिया पुन्हा दुसऱ्या हातानेही करावी.

लाभ : उंची वाढविण्यासाठी मदत करते. मुले-मुलींसाठी उपयुक्त.

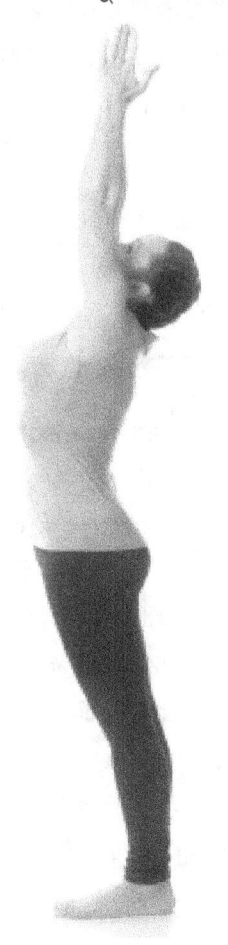

२८. वीरभद्रासन

हे योगासान केल्यामुळे आपले पाय मजबूत होतात आणि त्यामध्ये खूप लवचिकताही येते. हे केल्यामुळे आपल्या शरीरातील सांधे, वक्षस्थळ, फुफ्फुसे आणि हातांमध्येही मजबुती येते. हे केल्यामुळे आपल्या अंतरिक अवयवांमध्येही सक्रियता येते. ऑस्टियोपोरोसिसच्या आजारातही हे आसन उपयुक्त आहे. हे केल्यामुळे पुरूषत्त्वामध्ये वाढ होते आणि आपली क्षमताही वाढते.

कृती - हे आसन करण्यासाठी सरळ उभे रहा. दोन्ही पायांमध्ये थोडेसे अंतर ठेवा. आता श्वास रोका. हात वर घ्या. आता डावा पाय पुढे काढा आणि उजवा पाय ४५ ते ६० अंशाचा कोण करीत मागे न्या. शरीर चांगल्या प्रकारे वाकवा म्हणजे छाती छताकडे जाईल. त्यानंतर उजवा पाय पुढे करून हेच आसन पुन्हा करा.

लाभ : पाय मजबूत करते तसेच हात आणि फुफ्फुसांना शक्ती देते.

२९. वीरभद्रासन (क)

हे योगासन केल्यामुळे तुमची उभे राहण्याची पद्धत आणि शारीरिक क्षमतेमध्ये खूप फरक पडलेला आढळून येतो. तुमचे शरीर आकर्षक दिसण्याबरोबरच ऊर्जावानही दिसू लागते. पाय, हात , सांधे आणि मांस पेशीमध्ये शक्तीचा संचार होतो.

कृती - ़मॅटवर उभे रहा आणि डावा पाय पुढे करा. तो गुढग्यातून वाकवा. उजवा पाय

मागच्या बाजूला न्या. हा सरळ ठेवा. आता दोन्ही हात वर नेऊन नमस्काराच्या मुद्रेमध्ये ठेवा. नजर हाताच्या रेषेत आणि समोरच्या दिशेला ठेवा. दीर्घ श्वास घ्या.

लाभ : हे आसन तुमचे शरीर आकर्षक करते.

३०. वीरभद्रासन (ग)

हे .योगासान केल्यामुळे तुमच्या पायांना मजबुती मिळण्याबरोबरच पोटातील मांसपेशीही सशक्त होतात. यामुळे शरीरात स्फूर्ती वाढते तसेच स्मरणशक्ती आणि एकाग्रताही वाढते.

कृती - ़आंथरूणावर उभे रहा. आता कंबरेच्या आधाराने आर्धे शरीर समोरच्या दिशेला झुकवा. सर्व भार उजव्या पायावर टाकीत डावा पाय मागच्या दिशेला न्या. दोन्ही हात समोरच्या दिशेला न्या. नजर जमिनीवर ठेवा आणि दीर्घ श्वास घेत रहा.

लाभ : हे आसन पोट आणि पायांच्या मांसपेशी शक्तिमान करते.

३१. अर्ध चंद्रासन

हे आसन केल्यामुळे आपले शरीर खूपच लवचिक होते. तसेच सर्व अवयवांमध्ये ताळमेळही स्थापन होतो. हे केल्यामुळे आपला तणाव कमी होतो तसेच आपली पचन संस्थाही चांगल्या प्रकारे काम करू लागते. हे आसन थायराईडसाठीही लाभदायी असते.

कृती - ़उष्ट्रासनाच्या स्थितीमध्ये गुढग्यावर भार देऊन उभे रहा. दोन्ही हात छातीवर ठेवा. श्वास आत घेऊन ग्रीवा आणि छाती मागच्या बाजूला ओढा. हे अर्ध चंद्रासन आहे. (जेव्हा डोके मागे घेऊन टाचांवर टेकवितो तेव्हा ते पूर्ण चंद्रासन होते.)

लाभ : हे आसन शरीर स्फूर्तीदायी करते.

३२. उत्कटासन

हे आसन केल्यामुळे आपली इच्छाशक्ती तसेच पचनशक्ती वाढते. हे केल्यामुळे आपली संक्रमण क्षमताही वाढते. उत्कटासन केल्यामुळे आर्थरायटिसमध्ये तर फायदा होतोच, पण सांध्यामध्ये होणारी वेदनाही नियंत्रणात येते. तसेच मूळव्याधही नियंत्रणात राहतो. उत्कटासन ब्रह्मचर्यासाठीही उपयुक्त समजले जाते.

कृती - शौचास बसल्याप्रमाणे जमिनीवर पायावर बसावे. त्यानंतर पायाच्या टाचा जमिनीवरून उचलाव्यात. फक्त पंजावर बसावे. नितंब दोन्ही टाचांच्या मध्ये ठेवून सावधपूर्वक बसावे. दोन्ही हातांचे तळवे जोडून हात मांड्यावर सहजपणे ठेवावेत. नजर समोर ठेवावी.

लाभ : हे आसन इच्छाशक्ती आणि पचनशक्ती चांगली करते.

३३. परिव्रता उत्कटासन

हे आसन केल्यामुळे तुमच्या छातीत आणि क़ंबरेत जो थकवा असतो, तो कमी होतो. यामुळे तुमचे पाय मजबूत होतात. तसेच तुमचे बीजकोषही चांगले राहते.

कृती - ज़मिनीवर सतरंजी आथरून तिच्यावर उभे रहावे. क़ंबर पुढच्या दिशेला झुकवावी म्हणजे वजन आर्ध्यापर्यंत गुढग्यांवर येईल. मग शरीर आणि तोंड वळवून सूर्याच्या दिशेला पहावे. दोन्ही हात वाकवून ते नमस्कार मुद्रेमध्ये आणावेत. नजर नेहमी सूर्याच्या दिशेने असायला हवी.

लाभ : हे आसन थकवा घालविते, तणावही दूर करते.

३४. पादांगुष्ठा पद्मा उत्कटासन

हे आसन केल्यामुळे तुमच्या मागच्या भागात आणि ढोपरामध्ये तसेच कंबरेमध्ये लवचिकता येते. हे केल्यामुळे मेंदूही सक्रिय होतो तसेच शरीरातील विविध अवयवांमध्ये ताळमेळ निर्माण करण्यासाठी ते सहाय्यक ठरते.

कृती - सतरंजीवर स्थिर मनाने बसावे. ड़ाव्या पायाच्या पंजावर पूर्ण शरीराचे वजन सहन करण्याचा प्रयत्न करावा. उजवा पाय डाव्या पायाच्या गुढग्यावर स्थिर करावा. आता दोन्ही हात नमस्काराच्या मुद्रेमध्ये जोडावेत. समोर बघा. आधी फक्त ३० सेकंद करा. मग वेळ वाढवा. विपरित अवस्थेतही करू शकता.

लाभ : हे आसन क़ेल्यामुळे कंबरेत लवचिकता येते. मुलींनी हे आवश्य करावे.

३५. उत्तानासन

हे योगासन केल्यामुळे आपली कीडनी आणि लिव्हरची क्रिया सुधारते. आपली पचनशक्तीही सुधारते. तसेच मानसिक शक्ती वाढते आणि तणाव कमी करण्यासाठीही ते मदत करते. तसेच आपल्याला निराशेच्या भावनेपासूनही मुक्त करते.

कृती - स़रळ उभे रहा. श्वास घेत हात सरळ वर न्या. शरीराला वर छताच्या दिशेने ओढा. ख़ांदे सैल सोडा. शरीर पुढे वाकवा. पाय ठामपणे ठेवा. ड़ोके आणि मान जमिनीवर आरामशीर मुद्रेमध्ये ठेवा. हिप्स छताच्या दिशेने करा. हात पायांच्या दोन्ही बाजूला आणा. श्वास सोडीत पार्श्वभाग समोर आणा. तळवे जमिनीवर दाबा. हे आसन १ मिनिट करा.

लाभ : मानसिक शक्तीमध्ये वाढ होते तसेच शरीराच्या अंतरिक अवयवांनाही लाभ होतो.

३६. पादहस्तासन

हे योगासन आपले पोट आणि कंबर व्यवस्थित ठेवण्याबरोबरच आपली पचनशक्तीही मजबूत करते. श्वासांच्या समस्यांपासूनही हे मुक्ती देते. पाठीचा कणा मजबूत करतो, पाठीमागचा भाग कणखर करण्याबरोबरच शरीरातील चरबी कमी करण्यासाठीही मदत करते. ग़ॅसचा त्रास असणाऱ्या लोकांनी हे आसन करायलाच हवे.

कृती - हे आसन करण्यासाठी हळूहळू आपले हात वर न्या. श्वास बाहेर सोडीत कंबर समोरच्या बाजूला झुकवावी. दोन्ही हात दोन्ही पायांच्या तळव्याखाली ठेवावेत. पाय सरळ ठेवावेत आणि डोके गुढग्याच्या दिशेने खाली घ्यावे. क़ाही वेळ या स्थितीमध्ये रहावे. नंतर श्वास सोडीत पूर्व स्थितीत यावे.

३७. भेकासन

हे योगासन केल्यामुळे आपल्या मांड्या, नितंब, गुढगे आणि पोटऱ्यांच्या मांसपेशीमध्ये नवीन ऊर्जा संचारते. हे केल्यामुळे शरीर खूपच स्फूर्तिवान आणि ऊर्जावान झाल्याची जाणीव होते. गुढगे आणि पोटऱ्यांमधील वेदनाही खूप जास्त प्रमाणात कमी होतात.

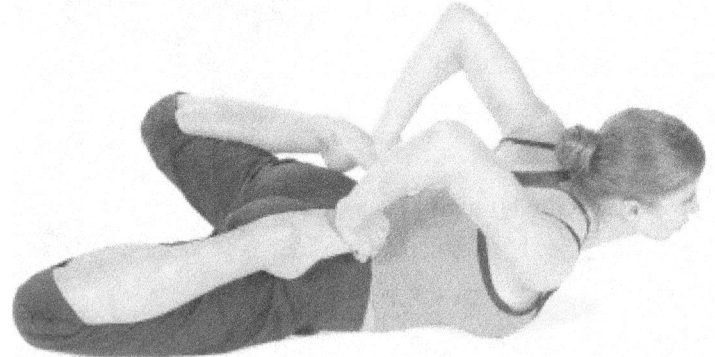

कृती - पोटावर झोपावे. पाय मागच्या बाजूला वळवावेत. मग हातांनी पाय धरावेत. मग हळूहळू छाती आणि डोके वर उचलावे.

लाभ : हे आसन शरीर स्फूर्तीदायी आणि ऊर्जावान करते.

३८. सेतु बंधासन

ही योगासन क्रिया आपल्या शरीरामध्ये निर्माण झालेला तणाव कमी करण्यासाठी खूपच उपयुक्त ठरते. हे आसन केल्यामुळे आपली छाती, नितंब, कणा आणि मांड्यामध्ये खूपच हलकेपणा जाणवतो. पोटाच्या आजारांमध्येही हे आसन उपयुक्त आहे.

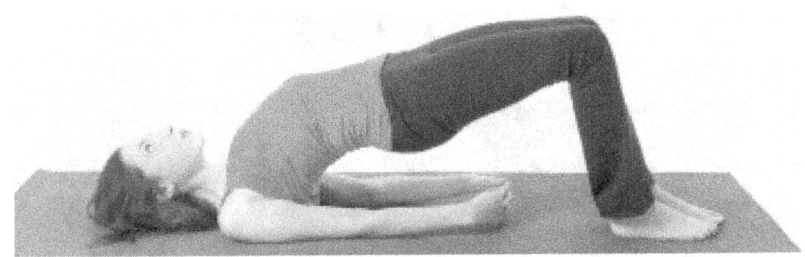

कृती - ज़मिनीवर पाठीवर झोपावे. दोन्ही पाय परस्परांना जोडून घ्यावेत. पाय वर उचलावेत. दोन्ही हात कोपऱ्याच्या सहाय्याने जमिनीला टेकवून ख़ांद्यापासून पायापर्यंतचा भाग वर उचलावा. क़ंबर चांगली धरावी. दोन्ही पाय खाली घ्यावेत. अशा वेळी पोट, कंबर आणि मांड्या वरच्या दिशेने उचलेल्या असाव्यात.

लाभ : हे आसन तणाव कमी करते. पोट चांगले ठेवते.

३९. दंडासन

हे योगासन केल्यामुळे तुमच्या पायांमध्ये मजबुती येते तसेच तुमची उभे राहण्याची पद्धतही बदलते. तुमचे पोश्चर आकर्षक होते. इतकच नाही तर तुमचे जे अवयव निष्क्रिय होते, तेही सक्रिय होतात.

कृती - ज़मिनीवर बसून दोन्ही पाय लांब करावेत. दोन्ही पायांच्या मांड्या, गुढगे आणि आंगठे परस्परांना जोडलेले असावेत. हात जमिनीवर कंबरेच्या दोन्ही बाजूला कंबरेला भिडून ठेवावेत. छाती फुलवावी. ख़ांदे ताठ करावेत. अशा प्रकारच्या ताठ अवस्थेत तुमच्या पाठीचा कणा आणि पाय यांच्यामध्ये ९० अंशाचा कोण होतो.

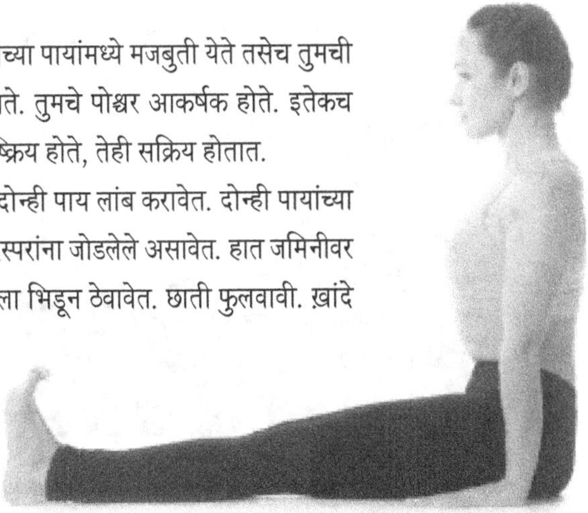

लाभ : हे आसन निष्क्रिय पडलेल्या अवयवांनाही सक्रिय करते.

४०. द्विपाद विपरित दंडासन

हे योगासन केल्यामुळे आपल्या शरीराचा मागील भाग खूप मजबूत होतो. तसेच पूर्ण शरीरातही एक नवीन ऊर्जेचा संचार होतो. यामुळे पूर्ण पाठीच्या कण्यात लवचिकपणा येतो. तसेच आपल्या आत नवीन प्रकारचा आत्मविश्वास संचारतो.

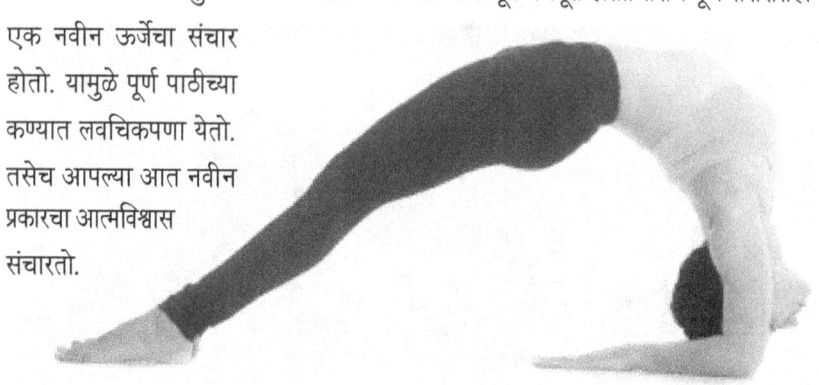

कृती - हे करण्यासाठी तुम्हाला उर्ध्वधनुरासनही करता यायला हवे. तुम्ही तुमच्या हांतावर डोके केंद्रित करा. मग शरीर मागच्या बाजूला न्या. त्यासाठी शीर्षासन करीत डोके मागे वळविले तर चांगले राहील.

लाभ : हे आसन पाठीच्या कण्यात लवचिकता आणते. शरीरामध्ये नवीन ऊर्जेचा संचार होतो.

४१. चतुरंग दंडासन

हे योगासन केल्यामुळे पोट चांगले करण्यासाठी पहिल्या क्रमांकाचे समजले जाते. हे केल्यामुळे हात आणि मनगटे मजबूत होतात. शरीरामध्ये तेजस्वीपणा आणण्यासाठी आणि मांसपेशी सदृढ करण्यासाठीही हे आसन उपयुक्त आहे. तसेच यामुळे तुमचे हातही मजबूत होतात.

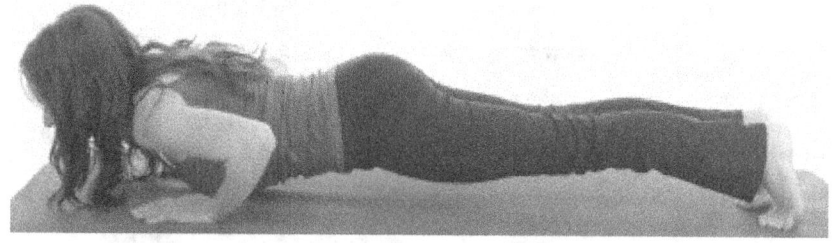

कृती - हात हनुवटीच्या खाली ठेवावेत. कोपर ख़ांद्याच्या खाली ठेवावेत. नितंब पुढच्या बाजूला झुकवावे. सर्व मांसपेशी शरीराच्या आत स्थिर कराव्यात. ही एक प्रकारे दंड काढण्यासारखी स्थिती असते.

लाभ : पोट चांगले ठेवणारे हे सर्वश्रेष्ठ आसन आहे. मुली, स्त्रियां आणि तरुणींसाठी अतिशय लाभदायक आहे.

४२. कपोतासन

हे योगासन केल्यामुळे आपल्या पाठीच्या कण्याच्या आसपासचा भाग हलकासा जाणवू लागतो तसेच आपल्या छातीमध्येही रुंदावलेपणा येतो. हे केल्यामुळे शरीराच्या मागील भागातील पेशी मजबूत होतात. तसेच मान आणि पोटाच्या क्रियाही तीव्र होतात.

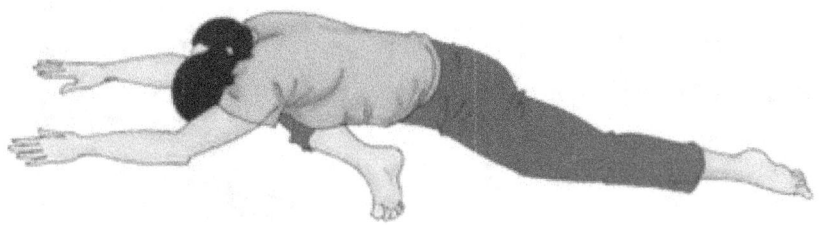

कृती - गुढगे आणि हाताच्या सहाय्याने टेबलाच्या मुद्रेमध्ये बसा. आपला उजवा गुढगा दुमडून शरीराच्या मधोमध आणण्याचा प्रयत्न करा. उजवा पाय डाव्या दिशेला न्या. ड़ावा पाय हळूहळू मागे न्या. या अवस्थेमध्ये डाव्या पायाचा वरचा भाग जमिनीला टेकलेला असावा. पोट हळूहळू खाली आणा.

लाभ : हे आसन छाती रुंद आणि बलवान करते.

४३. एक पाद राजा कपोतासन

हे अतिशय सुदंर दिसणारे आसन खरोखरच खूपच आकर्षक आणि मनमोहक आहे. हे केल्यामुळे आपले संपूर्ण शरीर आकर्षक आणि मजबूत होते. हे केल्यामुळे आपल्या शरीरातील हार्मोनल अनियमितपणाही दूर होतो.

कृती - अशा प्रकारे कबुतरांचा राजा बसलेला असतो. मॅटवर बसा. डावा पाय मागच्या बाजूला न्या. तो

गुढग्यातून वाकवा. समोर जमिनीवर आडवा करा. आता दोन्ही हात मागच्या बाजूला न्या आणि त्यांनी डाव्या पायाच्या पंजाला स्पर्श करण्याचा प्रयत्न करा. तोंड समोर ठेवू शकता किंवा हात वळतात त्या ठिकाणीही ठेवू शकता. नंतर हे उलट दिशेनेही करा.

लाभ : यामुळे आपले पूर्ण शरीर मजबूत आणि शक्तिशाली होते. मुलींसाठी अतिशय लाभदायी.

४४. अंजनेयासन

हे योगासन केल्यामुळे आपल्या पोटऱ्यांच्या पौष्ट भागात तर लवचिकता येतेच, पण लिव्हर, गुर्दे आणि मागील मांसल भागातही थोडीशी शिथिलता येते.

कृती - शरीराचे संतुलन बनवून ठेवण्याच्या पद्धतीमध्ये हे सर्वश्रेष्ठ आसन समजले जाते. सर्वात आधी वज्रासनामध्ये आरामशीर बसा. मग गुढग्यावर उभे राहून पाठ, मान, डोके, मांड्या सरळ रेषेत करा. या दरम्यान डावा हात डाव्या मांडीवर राहतो. नंतर हाताचे तळवे हृदयासमोर नमस्कार मुद्रेमध्ये ठेवा. आता श्वास आत घ्या आणि डोके मागे झुकवा. मग कंबर मागे झुकवा. थोडा वेळ या स्थितीमध्ये रहा.

लाभ : हे आसन शरीराचा मागील भाग मजबूत करते.

४५. बालासन

हे योगासन केल्यामुळे मांसपेशी मजबूत होतात आणि पोटावरची चरबी कमी होते.

कृती - गुढग्यावर भार देऊन जमिनीवर बसावे. शरीराचे सर्व वजन टाचांवर टाकावे. दीर्घ श्वास घेत मागच्या बाजूला झुकावे. तुमच्या छातीने मांड्यांना स्पर्श करण्याचा प्रयत्न करा. तसेच डोक्याने जमिनीला स्पर्श करण्याचा प्रयत्न करा. क़ाही सेकंद या अवस्थेमध्ये रहा आणि नतर पुन्हा पूर्व स्थितीत या.

लाभ : हे आसन ड़ोके शांत ठेवण्यासाठी मदत करते.

४६. उथिता बालासन

हे योगासन केल्यामुळे तुमचे नितंब, गुढगे आणि मांड्यामधील वेदना कमी होते.

कृती - ज़मिनीवर सतरंजी आथरून बसावे. दोन्ही गुढगे वाकवावेत आणि सर्व वजन पंजावर टाकावे. एक गुढगा पुढे करावा. शरीर पुढे झुकवा आणि हात पुढे करीत जमिनीला स्पर्श करण्याचा

प्रयत्न करा. असे केल्यावर कंबरेचे सर्व वजन हातावर आल्यासारखे वाटते. हे ३० सेकंद किंवा १ मिनिटही केले जाऊ शकते.

लाभ : हे आसन शरीराचा थकवा दूर करते.

४७. मकरासन

मकर म्हणजे मगर. दोन भागांमध्ये केले जाणारे हे आसन दोन आसनांच्या मध्ये विश्रांतीसाठी केले जाते.

कृती - हे आसन दोन भागात केले जाते. पोटावर झोपावे. मग आपले दोन्ही हात सरळ समोर करावेत. आता दोन्ही हात वाकवून विरुद्धा हातांवर ठेवावेत. ड़ोके दोन्ही हांतावर टेकवावे. पायांमध्ये सुमारे १ फुटाचे अंतर असायला हवे. शरीराला प्रेतासारखे सैल सोडावे.

लाभ : हे विश्रांतीसाठीचे आसन आहे. विश्रांती फक्त शारीरिकच नाही तर मानसिकही असते. त्यामुळे व्यक्तीला जरा मोकळे मोकळे वाटते. उच्च रक्तदाब, मानसिक तणाव आणि अनिद्रेपासून मुक्तता मिळते. आसने करीत असताना मध्येच विश्रांतीसाठी हे करायला हवे. यामुळे पोटातील

आतड्यांची आपोआप मालीश होते. त्यामुळे ते सक्रिय होऊन मंदाग्नीसारख्या विकारापासून सुटका मिळते. हात 'पॅसिव्ह स्ट्रेचिंग कंडिशन'' मध्ये असल्यामुळे 'पॅरासिम्पॅथिक नर्व्हस' प्रभावित होतात त्यामुळे शरीर सैल होण्यासाठी मदत मिळते. हृदय गुरूत्वाकर्षणाच्या विरूद्ध काम करीत नसल्यामुळे त्यालाही आराम मिळतो. अंतःस्त्रावी ग्रंथी लाभान्वित होतात. हे आसन पाठीच्या कण्यामध्ये लवचिकता आणण्यासाठीही मदत करते.

४८. ज़ानु शिरासन

हे योगासन केल्यामुळे लिव्हर, गुर्दे आणि तिल्लीच्या कामामध्ये वेग येतो. हे आसन निराशेपासूनही मुक्तता देते. तसेच मेंदू शांत ठेवण्यासाठीही उपयुक्त आहे.

कृती - ज़मिनीवर बसून पाय परस्परांशी जोडून ठेवावेत. नंतर कोणताही एक पाय हातात घेऊन त्याची टाच गुदा आणि णंडकोष यांच्या मध्यावर लावावी. हाताची कैची करून दुसरा पाय धरावा आणि ड़ोके झुकवून त्या पायाला स्पर्श करण्याचा प्रयत्न करावा. हे आसन केल्यामुळे गुदा आणि मुत्रेंद्रियांना असामान्य लाभ होतो.

लाभ : हे आसन निराशा आणि अवसाद यापासून मुक्तता मिळवून देते.

४९. परिव्रता जानू शिरासन

हे योगासन केल्यामुळे तुमच्या पाठीच्या कणाच्या आसपासच्या भागातील रक्ताभिसरण चांगले राहते. यामुळे पाठदुखीमध्येही खूप आराम मिळतो. पोटात जमा झालेले विषारी पदार्थ बाहेर टाकण्यासाठीही हे आसन उपयुक्त आहे. तसेच त्या अवयवांमध्ये नवीन ऊर्जेचाही संचार करते.

कृती - अशा प्रकारे बसा की शरीर वाकविले जाऊ शकेल. पाय ४ ५ अंशाच्या कोनात वाकवावेत.डावा पाय नितंबाच्या जवळ ठेवावा. उजव्या हाताने उजव्या पायाच्या पंजाला स्पर्श करावा. ड़ावा खांदा मागच्या बाजूला न्या म्हणजे मग चेहरा पुढे येऊ शकेल. वर बघा. पाय दोन्ही हातांनी धरा. श्वास वेगवान ठेवा. थोड्या वेळानंतर दुसऱ्या बाजूनेही असेच करा.

लाभ : हे आसन पोटातील विषारी पदार्थ बाहेर टाकते.

५०. ज़ानु शिरासन - स

हे योगासन केल्यामुळे आपल्या पायांमध्ये सक्रियता तर येते, तसेच पोटातील अवयवांची काम करण्याची क्षमता वाढते. हे आसन आपली पचन क्षमता वाढविते. तसेच ज्या लोकांना डोकेदुखी, मायग्रेन, उच्च रक्तदाब किंवा मधुमेहाचा विकार आहे, त्यांचा त्रासही दूर करते.

कृती - पाय समोर पसरून मॅटवर बसावे. ड़ावा पाय पूर्ण लांब करावा. उजवा पाय वाकवावा. असा वाकवावा की त्याचा पंजा डाव्या पायाच्या मांडीवर सेट व्हायला हवा. आता दोन्ही हातांसह पसरलेल्या डाव्या पायावर झुकावे. दीर्घ श्वास घेत आणि सोडीत रहा. नंतर हे दुसऱ्या पायानेही करा.

लाभ : ड़ोकेदुखी, मायग्रेन आणि उच्च रक्तदाब यापासून मुक्तता देते.

५१. हनुमान आसन

हे योगासन पूर्णपणे भगवान श्री हनुमान यांना समर्पित आहे. हे केल्यामुळे सायटिकाची वेदना तर कमी होतेच, शिवाय पायांचे विकारही ठीक होतात. तसेच हे आसन केल्यामुळे आपल्या मांड्यातील पेशींमध्ये निर्माण झालेली जखडन बरी व्हायला लागते.

कृती - दोन्ही गुढग्यावर भार देऊन बसावे आणि दोन्ही हातांनी आपल्या बाहुंना चांगल्या प्रकारे धरावे. दोन्ही हात डोक्याच्या मागील बाजूस ठेवावेत. पाठ सरळ ठेवून छाती पुढे काढावी आणि श्वास शांततापूर्ण पद्धतीने घ्यावा.

लाभ : पायांमधील वेदना दूर करण्यासाठी मदत करते.

५२. कुंभक आसन

हे योगासन केल्यामुळे आपले हात आणि मनगटे तर मजबूत होतातच, पण पोटांच्या मांसफेशीमधील आंकुचलेपणही कमी होते. हे आसन केल्यामुळे आपल्या शरीरात आस्तिक ऊर्जेचा संचार होतो. तसेच मनही हलके हलके वाटू लागते.

कृती - श्वास रोखून धरण्याच्या क्रियेला कुंभक म्हणतात. गुढगे आणि हाताच्या आधाराने वाकावे. नाकाने श्वास घ्यावा. हाताच्या आधाराने शरीर खाली वर करावे. लक्षात ठेवा पायांची अवस्था मात्र कायम रहायला हवी. हळू हळू असे करताना श्वास रोखून धरण्याचा प्रयत्न करावा.

लाभ : हे आसन क़ेल्याने शरीर खूप हलके हलके वाटते.

५३. अधोमुख श्वानासन

हे योगासन केल्यामुळे तुमच्या शरीरातील सर्व थकवा दूर होतो. श्वासांची गतीही योग्य व्हायला लागते. हे केल्यामुळे तुमच्या मेंदूमध्ये आणि शरीरात होणारे रक्ताभिसरणही चांगले राहते. हे आसन त्या महिलांसाठी खूप चांगले आहे, ज़्याचे आरोग्य मोनापॉज नंतर ठीक राहत नाही.

कृती - कुत्र्यासारख्या वाकलेल्या अवस्थेमध्ये डोक्यात रक्ताभिसरण चांगल्या प्रकारे होते. हे करीत असताना शरीराचे सर्व वजन पायावर टाकायला हवे. हात आणि मनगटे सैल असावीत. पाठीचा कणा आणि हात सरळ असावेत. पांयांची स्थिती अशा प्रकारे असावी की कंबरेजवळ व्ही आकृती तयार व्हायला हवी. गुढगे आणि कोपरही नेहमी सैल ठेवावेत.

लाभ : हे आसन थकवा दूर करण्यासाठी सहाय्यक.

५४. ऊर्ध्वमुख शवासन

हे योगासन केल्यामुळे आपल्या पाठीचा कणा, हात आणि मनगटामध्ये नवीन शक्तीचा संचार होतो. हे आसन अस्थम्याच्या त्या रोग्यांसाठी जास्त उपयुक्त आहे, ज़्यांना श्वास घेण्यासाठी त्रास होतो.

कृती - आधी खाली झोपावे. मग शरीराचा भाग अशा प्रकारे वर उचलावा की, ज़णू काही झोपलेला कुत्रा बसला आहे. क़ंबरेचा भाग वर ठेवावा. खालील भाग जमिनीला टेकलेला असावा. गुढगे जमिनीला स्पर्श करणारे असावेत. हाताचे पंजे समोरच्या दिशेने ठेवावेत. अधून मधू खांदे झुकवावेत. याच दरम्यान छातीही वर-खाली करीत रहावे. गुढगे वाकवावेत मग सामान्य स्थितीत यावे.

लाभ : हे आसन हात आणि मनगटामध्ये नवीन शक्तीचा संचार करते.

५५. योग निद्रासन

हे योगासन केल्यामुळे मांसपेशी तसेच पाठीच्या कण्यातील दुखणे आणि दोष दूर करण्यासाठी सहाय्यक ठरते. यामुळे आपले पूर्ण शरीर निरोगी राहते. हे केल्यामुळे आपली पचनक्रिया तर चांगली राहतेच, पण त्याच बरोबर पोटातील अवयवही चांगले काम करू लागतात.

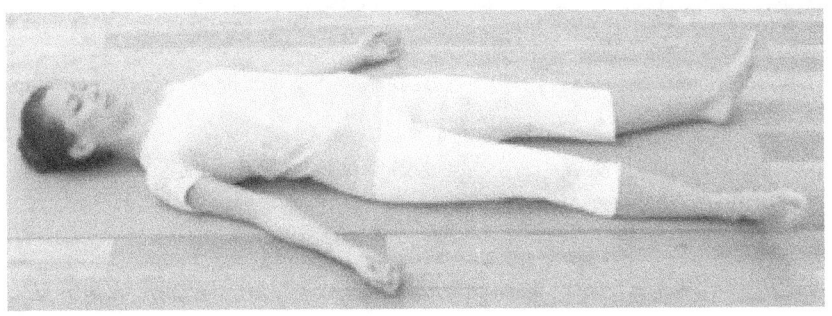

कृती - दोन्ही पाय सुमारे १ फूट अंतरावर असावेत. हात कंबरेपासून ६ इंच अंतरावर असावेत आणि डोळे बंद असावेत. शरीराची हालचाल करू नये. शरीर सैल सोडावे. पूर्ण श्वास सोडावा आणि घ्यावा. तुम्हा सागर किनाऱ्यावर योग निद्रा करीत आहात अशी कल्पना करावी.

लाभ : हे आसन पोट चांगले ठेवते आणि शरीर फीट ठेवते.

५६. बद्धकोणासन

हे योगासन केल्यामुळे आपल्या पोटातील अवयवांमध्ये उत्तेजना निर्माण होते. सर्व अवय़व चांगल्या प्रकारे काम करायला लागतात. हे आसन त्या लोकांसाठी जास्त उपयुक्त आणि महत्त्वाचे आहे, ज्यांना सायटिका नावाचा आजार झालेला असतो.

कृती - ज़मिनीवर सतरंजी आथंरूण बसावे. दोन्ही गुढगे वाकवून दोन्ही पायांचे तळवे परस्परांना जुळवावेत. दोन्ही हाताची बोटेही परस्परात फसवावीत. पायाची बोटा हाताने धरावीत. फुलपाखरासारखे बसावे. हात सरळ ठेवावेत. पाय जवळ आणण्याचा प्रयत्न करावा म्हणजे शरीर ताठ होते. ख़ोलवर श्वास घ्या. श्वास घेताना कंबर समोरच्या दिशेला वाकवा. ड़ोक्याने जमिनीला स्पर्श होईल, असा प्रयत्न करावा. तसे करू शकला नाहीत तर हनुवटीने पायांना स्पर्श करावा.

लाभ : हे आसन सायटिका झालेल्या रोग्यांसाठी खूपच उपयुक्त आहे.

५७. उपविष्ट कोणासन

हे योगासन केल्यामुळे आपले पोट, हात आणि मागच्या भागात असलेल्या वेदना दूर होतात.आपल्या ऊर्जेची पातळीही वाढते. मासिक पाळीच्या समस्या दूर करण्यासाठीही मदत होते.

कृती - चटई टाकून बसावे आणि आपले पाय पसरावेत. या मुद्रेमध्ये तुमची पाठ एकदम सरळ

असायला हवी. पायांमध्ये ३-४ फुटांचे अंतर असायला हवे. श्वास घ्या आणि आपले हात वरच्या दिशेने न्या. हात सरळ ठेवा.

लाभ : आपल्या ऊर्जेची पातळी वाढविण्यासाठी उपयुक्त ठरते.

५८. ऊर्ध्व उपविष्ट कोणासन

हे योगासन केल्यामुळे आपल्या ऊर्जेची पातळी खूपच वाढते. तसेच कंबर दुखीपासूनही आराम मिळतो. शरीरात एक नवीन प्रकारच्या द्रव्याचाही संचार होतो.

कृती - ज़मिनीवर चादर आंथरून दंडासनाच्या मुद्रेमध्ये बसावे. पाय उघडून पसरावेत. मग दोन्ही हातांनी पायाच्या आंगठ्यांना स्पर्श करण्याचा प्रयत्न करावा. असे केल्यामुळे कंबरेवर जोर पडू शकतो, पण तुम्ही हे करू शकता. असे केल्यावर डोके समोरच्या दिशेला वाकविण्याचा प्रयत्न करावा. दीर्घ श्वास घ्या आणि सोडा.

लाभ : हे आसन शरीरात नवीन द्रव्याचा संचार करते. उत्साह वाढविते.

५९. सुप्तबद्ध कोणासन

हे योगासन केल्यामुळे आपल्या पचन संस्थेमध्ये निर्माण झालेल्या सर्व दोषांसह सर्व प्रकारच्या अनियमतपणाही दूर होतो. हे आपले ह्रदय निरोगी ठेवते आणि तणावही दूर करते.

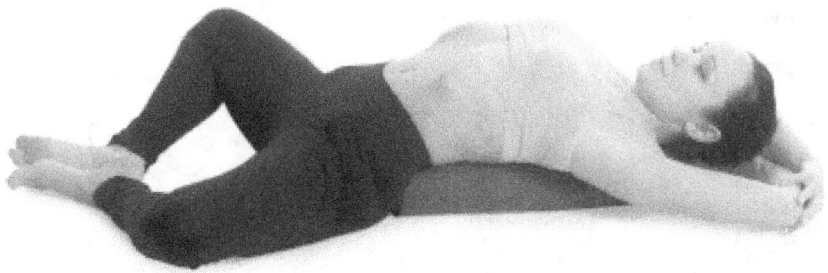

कृती - सतरंजीवर सरळ बसावे. मग झोपावे. पाय पसरावेत. गुढग्यात वाकवावेत आणि तळवे परस्परांना जोडावेत. हातही पसरावेत. ते मोकळे ठेवावेत. दीर्घ श्वास घ्या. डोळे बंद ठेवा. मधून मधून

पायही मोकळे करू शकता.

लाभ : हे आसन पचन संस्थेतील दोष दूर करते तसेच तणाव मुक्त ठेवते.

६०. मलासन

हे साधारण स्वरूपाचे दिसणारे आसन मांसपेशी, शरीरातील अवयव आणि पाठीच्या कण्यासाठी अतिशय उपयुक्त आहे. हे केल्यामुळे पाठीचे दुखणे कमी होते तसेच मान आणि पायांच्या खालच्या भागामध्येही ऊर्जा आणि शक्तीचा संचार होतो.

कृती - मल विसर्जन करताना आपण ज्या स्थितीमध्ये बसतो तिला मलासन म्हणतात. बसण्याची ही स्थिती पोट आणि पाठीसाठी खूपच उपयुक्त असते. यामध्ये दोन्ही गुढगे वाकवून मल विसर्जन करण्याच्या अवस्थेमध्ये बसावे. मग उजव्या हाताचा कोपर उजव्या पायाच्या गुढग्यावर टेकवीत दोन्ही हात नमस्कार मुद्रेमध्ये जोडावेत. वरील स्थितीमध्ये काही काळ राहिल्यानंतर पुन्हा पूर्व स्थितीत यावे.

लाभ : हे आसन पाठीच्या कण्यासाठी लाभदायी आहे.

६१. एक पाद मलासन

हे योगासन केल्यामुळे तुमच्या हातांमधील शक्ती तर वाढतेच, शिवाय यामुळे पोटातील मांसपेशीची कार्यक्षमता वाढते तसेच तुमची मानसिक क्षमताही वाढते.

कृती - सतरंजीवर उभे रहा. उजवा पाय हवेत उचला. मग दोन्ही हातांनी त्या उजव्या पायाला धरा. ड़ावा हात मागून न्यायचा आहे आणि उजवा हात समोरून. मग दोन्ही हात आपसांत जोडावेत. उजवा पाय दोन्ही हाताच्या सहाय्याने वर उचलून धरावा.

लाभ : हे आसन क़ेल्यामुळे तुमचे हात मजबूत होतात.

६२. तोलासन

हे योगासन केल्यामुळे तुमचे हात, खांदे, बाहु खूप मजबूत होतात. तसेच पोटाचा भागही खूप सशक्त होतो. तुमच्या डोळ्यांची स्थितीही यामुळे चांगली राहते. ड़ोळ्यांच्या सर्व प्रकारच्या त्रासाचे निदान या आसनामुळे होते.

कृती - ही एक प्रकारे शरीराचे तराजू बनविण्याची स्थिती असते. आधी पदमासन घालून बसा. मग हात खाली टेकवून त्यावर शरीराचे वजन उचलण्याचा प्रयत्न करा. असे एका झटक्यात नाही तर हळूवार करण्याचा प्रयत्न करा. शरीर वर हवेत आल्यावर दीर्घ श्वास घ्या. मग पाय खाली सोडून शरीर जमिनीवर टेकवा.

लाभ : हे आसन ड़ोले चांगले ठेवण्यासाठी मदत करते.

६३. लोलासन

हे योगासन केल्यामुळे तुमच्यातील साहस, आत्मविश्वास आणि मानसिक संतुलन चांगले राहते. यामुळे तुमचे हात, मनगट आणि पोटातील मांसपेशीही चांगल्या राहतात.

कृती - ज़मिनीवर पदमासन घालून बसावे. आपले दोन्ही हात आपल्या समोरील जमिनीवर टेकवून दोन्ही हातांनी संपूर्ण शरीर वर उचलावे.

लाभ : हे आसन साहस आणि आत्मविश्वास वाढविण्यासाठी उपयुक्त.

६४. भारद्वाज आसन

हे योगासन केल्यामुळे मान, पाठीचा कणा आणि हातामध्ये निर्माण झालेला तणाव किंवा थकव्याची लक्षणी अतिशय शानदारपणे कमी करते. यामुळे पाठीचा कणाही चांगला राहतो. भारद्वाज आसन तणाव दूर करण्यासाठी अतिशय चांगले काम करते.

कृती - हे योगासन मुलींसाठी अतिशय उपयुक्त आहे. दोन्ही गुढग्यावर सरळ बसावे. आपले नितंब पंजावर ठेवण्याऐवजी जमिनीवर ठेवावेत. त्यामुळे पाय बाजूला राहतात. उजवा हात डाव्या गुढग्यावर ठेवावा. आता शरीर डाव्या बाजूला वळवावे. क़ाही सेकंदानंतर सरळ व्हावे. हीच प्रक्रिया डावा हात उजव्या गुढग्यावर ठेवून पुन्हा करावी.

लाभ : हे आसन तणाव दूर करण्यासाठी अतिशय प्रभावी समजले जाते.

६५. भुजा पीडासन

हे योगासन केल्यामुळे तुमच्या शरीरात अतिशय चांगल्या प्रकारे ताळमेळ निर्माण होतो. तसेच यामुळे तुमचे मनगटे, हात आणि खांद्यांनाही चांगली मजबुती मिळते. हे आसन केल्यामुळे सायटिका आणि स्पिल डिस्क सारख्या आजारातही मुक्तता मिळते.

कृती - ज़मिनीवर सतरंजी आंथरूण बसावे. मग हात जमिनीवर ठेवावेत आणि आपले वजन त्यावर उचलण्याचा प्रयत्न करावा. पाय समोरच्या दिशेला न्यावेत आणि ते आपसात जोडावेत. तुम्हाला हवे तर तुम्ही आधी पाय वाकवू शकता आणि नंतर हातावर शरीराचे वजन उचलू शकता. तुमची नजर पायांवरच रहायला हवी.

लाभ : हे आसन क़ंबरेचे आजार दूर ठेवण्यासाठी मदत करते.

६६. बकासन

हे योगासन तुमचे पोट आणि हाताच्या मांसपेशींना मजबूत करते. यामुळे शरीरात ताळमेळ, एकाग्रता आणि सामंजस्य राखण्यासाठी मदत मिळते.

कृती - दोन्ही हाताचे तळवे जमिनीवर स्थिर करून गुढग्यांना कोपराच्या वर हातावर स्थिर करावे. श्वास आत घेऊन शरीराचे वजन हातावर तोलून धरीत हळूहळू पाय जमिनीवरून वर उचलण्याचा प्रयत्न करावा. सराव करीत राहिल्यावर बगळ्यासारखी स्थिती होते.

लाभ : हे आसन शरीरातील अवयवांमध्ये चांगल्या प्रकारे ताळमेळ निर्माण करते.

६७. वशिष्ठासन

हे योगासन केल्यामुळे मनगटे, हात, पोट आणि खांद्यांना बळकटी येते. तसेच हे आसन केल्यामुळे पायांमध्ये स्फूर्ती येते. तसेच ताळमेळाची भावनाही विकसित होते.

कृती - ज़मिनीवर सतरंजी आंथरूण बसावे. मग डावा हात उचलावा. पाय पसरावेत. सर्व शरीराचा भार डाव्या हातावर टाकीत शरीर वर उचलावे. उजवा हात उघडावा. मग उजव्या पायाने उजव्या हाताला स्पर्श करावा. क़ाही वेळानंतर उलट दिशेनेही करावे.

लाभ : हे आसन पायांमध्ये स्फूर्ती आणण्यासाठी खूप सहाय्यक ठरते.

६८. अष्टवक्रासन

हे योगासन केल्यामुळे तुमच्या हातात, खांद्यात आणि मनगटात तर मजबूतपणा येतोच,पण शिवाय पोटाच्या मांसपेशीनाही शक्ती आणि ऊर्जा मिळते. हे आसन केल्यामुळे फक्त शारीरिक क्षमताच विकसित होते, असे नाही तर, शरीराच लवचिकता येत आणि धीरही वाढतो.

कृती - हे तुमच्या शरीराला आठ कोणांमध्ये बदलते. ज़मिनीवर झोपावे. दोन्ही पाय वाकवित, आपसात शरीर विरूद्ध दिशेला वाकवावे. एक हात दोन्ही पायांच्या मध्ये ठेवावा. आता सर्व शरीराचे वजन दोन्ही हातांवर टाकीत वर उठण्याचा प्रयत्न करा आणि उठा. नजर समोर ठेवा.

लाभ : शरीरामध्ये लवचिकता येते आणि धीर वाढतो. मुलींनी हे आवश्य करावे.

६९. टिटिबासन

हे योगासन तुमच्या शरीरात ताळमेळ स्थापन करण्यासाठी खूपच उपयुक्त ठरते. हे आसन केल्यामुळे तुमचे हात, मनगट, खांदे, शरीराचा पृष्ठभाग आणि पोटऱ्या खूप मजबूत होतात.

कृती - ज़मिनीवर सतरंजी आंथरून बसावे. पाय पसरावेत. मग आपल्या शरीराचे वजन हातांवर टाकीत पाय वर उचलावेत. आता पाय आणखी थोडे वर नेण्याचा प्रयत्न करावा. ते सरळही ठेवू शकता किंवा कोणही बनवू शकता.

लाभ : यामुळे पायाच्या पोटऱ्या मजबूत होतात.

७०. एक पाद गल्वासन

हे योगासन केल्यामुळे तुमच्या हातांमध्ये शक्तीचा संचार होतो. बीज मजबूत होते

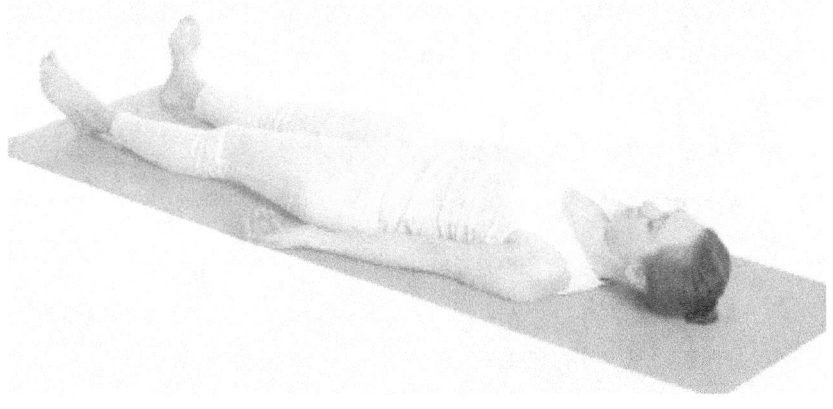

तसेच हे आसन केल्यामुळे तुम्हाला मानसिक शक्तीही मिळते.

कृती - याला 'उडत्या काळ्या गायीचे आसन' असेही म्हणतात. सतरंजीवर झोपा. आता आपल्या हातांवर शरीराचे ओझे टाकीत वर उठण्याचा प्रयत्न करा. नजर खाली ठेवा. आता डावा पाय वाकवून उजव्या हाताच्या कोपरापर्यंत आणा. दीर्घ श्वास घेत रहा. मग हे दुसऱ्या बाजूनेही करा.

लाभ : हे आसन मानसिक शक्ती मिळवून देण्यात सहाय्यक.

७१. पार्श्व आसन

हे योगासन केल्यामुळे हात, मनगट, खांदे आणि पोटातील मांसपेशी मजबूत होतात. तसेच यामुळे पोटही सुडौल होते. पाठीचा कणा मजबूत होतो आणि चांगला ताळमेळ निर्माण होतो.

कृती - पार्श्व आसन हा पवन मुक्त आसनाचाच एक प्रकार आहे. हे पाठीवर झोपून केले जाते. शरीर सामान्य स्थितीमध्ये ठेवा. दोन्ही खांदे आणि शरीराचा वरचा भाग जमिनीला स्पर्श करणारा असावा. या आसनामध्ये प्रत्येक मुद्रेसोबत श्वाच्छोश्वास करीत रहायला हवे. दोन्ही पाय छातीला लावल्यामुळे जास्त तणाव निर्माण होत असेल तर पाय जमिनीवर ठेवूनही सराव करू शकता.

लाभ : यामुळे पोट सुडौल दिसायला लागते. मुले-मुली आणि स्त्री-पुरूषांसाठी लाभदायी.

७२. एकपाद कौदिंत्यासन

हे योगासन केल्यामुळे तुमचे हात आणि मनगट यामध्ये चांगल्या प्रकारचा ताळमेळ निर्माण होतो. तसेच हात आणि खांदे यामध्येही चांगला ताळमेळ निर्माण होतो. यामुळे पोटातील मांसपेशीही तंदुरूस्त राहतात.

कृती - हे आसन एका पायानेच केले जाते. ज़मिनीवर चटई आंथरूण झोपावे. मग दोन्ही हातांवर शरीराचा भार उचलावा. तोंड जमिनीच्या दिशेने न्यावे. दोन्ही पाय सक्रिय करावेत. ड़ावा पाय खालच्या दिशेला म्हणजे तोंडाकडे आणण्याचा प्रयत्न करावा. नजर खाली ठेवावी. नंतर हे दुसऱ्या बाजूनेही करू शकता.

लाभ : पोटाच्या मांसपेशी तंदुरूस्त ठेवण्यासाठी सहाय्यक.

७३. मयुरासन

हे योगासन केल्यामुळे पोटातील सर्व अवय़वांमध्ये चांगल्या प्रकारे रक्ताभिसरण करते. यामुळे आपली पचनशक्ती तर वाढतेच, पण पोट आणि जठराचे विकारही बरे होतात. हे आसन केल्यामुळे शरीरात असलेले विषाचे प्रमाणही कमी होते.

कृती - टेबलाजवळ सरळ उभे रहावे. दोन्ही हात टेबलाच्या पृष्ठभागावर ठेवावेत. दोन्ही कोपर पोटातील कोमल भागावर ठेवावेत. मग कोपर आणि हातांवर शरीराचा भार टाकीत ज़मिनीवरून पाय उचलून मागच्या दिशेला न्यावेत. पूर्ण शरीराचे वजन कोपर आणि हातावर टाकीत शरीर वर उचलावे.

लाभ : हे आसन क़ेल्यामुळे शरीरात व्याप्त झालेले विष कमी होते.

७४. सुखासन

हे योगासन केल्यामुळे आपल्या शरीराच्या मागील भागात सक्रियता येते. तसेच मांड्याच्या पेशींमधील तणाव कमी होतो. हे केल्यामुळे शरीरातील थकवा, मानसिक तणाव, शारीरिक शिथिलता खूप मोठ्या प्रमाणात कमी होते.

कृती - ज़मिनीवर चटई टाकून अशा प्रकारे बसावे की उजव्या पायाची टाच मांडीच्या खाली रहावी. तसेच डाव्या पायाची टाच डाव्या मांडीखाली रहावी. दोन्ही हात गुढग्याजवळ ठेवावेत. श्वास सामान्य प्रकारे घ्यावा. पाठीचा कणा, मान आणि डोके एका सरळ रेषेत ठेवावे. शरीर अधक ताणू नये. जास्त तणाव वाटत असेल तर पायांची स्थिती बदलावी. नजर मात्र नाकाच्या रेषेत ठेवावी.

लाभ : हे आसन शरीरातील थकवा दूर करते.

७५. उथिता आंगुली सुखासन

हे योगासन केल्यामुळे आपल्या गुढग्यात आणि पंजामध्ये चंचलता वाढते. ते पूर्वीपेक्षा जास्त स्फूर्तिदायी होतात.

कृती - चटईवर बसावे. मग डावा गुढघा वाकवून उजव्या गुढग्याकडे न्यावा. ड़ावा हात डाव्या गुढग्यावर ठेवावा. उजव्या हाताच्या बोटांनी ड़ाव्या पायाच्या पंजाला स्पर्श करावा. नंतर दुसऱ्या बाजूनेही

असेच करावे. क़धी कधी दोन्ही हांतांच्या मुठी आवळूनही करू शकता.

लाभ : हे आसन गुढगे आणि पंजांमध्ये चंचलता आणते.

७६. क्रौंचासन

हे योगासन केल्यामुळे तुमच्या शरीराच्या मागील भागात आश्चर्यकारक सक्रियता दिसायला लागते. यामुळे पायाच्या पोटऱ्यांमध्ये शक्ती येते. फ्लॅट पाय असणाऱ्यांना हे आसन खूप सहाय्यक ठरते.

कृती - ज़मिनीवर चटई आंथरूण बसावे. गुढगे नितंबाच्या दिशेने वाकवावेत म्हणजे मग पायाचे पंजे नितंबाखाली येतील. आता डावा पाय उचलून सरळ करावा. दोन्ही हातानी त्या वर केलेल्या पायाच्या पंजाला धरा. यावेळी तुमचे तोंड पायाच्या गुढग्या जवळ असायला हवे. आता शांतपणे श्वास सोडा. क़ाही वेळानंतर हेच दुसऱ्या पायाने करा.

लाभ : हे आसन क़ंबरेला मजबूत आणि लवचिक करण्यासाठी मदत करते.

७७. अर्ध पदम क्रौंचासन

हे योगासन केल्यामुळे पायाच्या मागील भाता ऊर्जा संचारण करण्यासाठी मदत करते. हे केल्यामुळे पोटऱ्या आणि कंबरेच्या खालच्या भागात खूपच लवचिकता निर्माण होते.

कृती - मॅटवर बसा. उजवा पाय गुढग्यातून वाकवा. ड़ावा पाय एकदम सरळ करावा. दोन्ही हातांनी डाव्या पायाच्या तळव्याला धरून दीर्घ श्वास घ्यावा. हवे तर दोन्ही हात सरळ दिशेलाही ठेवू शकता. ज़े डावा पाय मध्ये ठेवून समोरच्या दिशेला जातील. अशा वेळी डोक्याची स्थितीही बदलते. एकामध्ये डोके पायांना स्पर्श करील तर हात समोर असल्यावर डोके वरच्या बाजूला राहील.

लाभ : क़ंबरेचा खालचा भाग खूप लवचिक करते.

७८. सुप्त वीरासन

हे योगासन केल्यामुळे तुमच्या समोरच्या मांड्यामधील तणाव कमी होतो. तसेच पोटाच्या वरच्या भागातील शिथिलताही कमी होते. यामुळे पायांमधील थकवा तर कमी होतोच, पण आपली पचनशक्तीही वाढते.

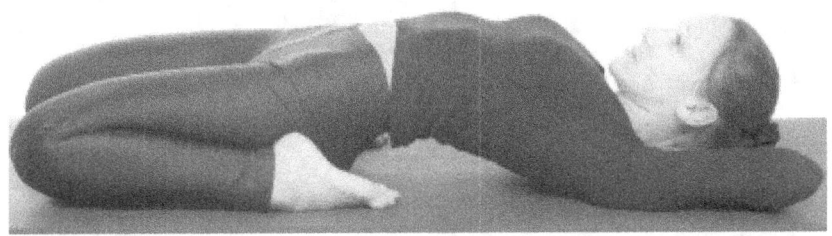

कृती - चटईवर झोपावे.दोन्ही पाय गुढग्यातून वाकवून मागील बाजूला न्यावेत. हात लांब करा आणि दीर्घ श्वास घ्या. जणू काही तुम्ही झोपला आहात. यासाठी तुम्ही कंबरेच्या वरचा भाग ठेवण्यासाठी उषीचाही आधार घेऊ शकता.

लाभ : हे आसन क़ेल्यामुळे पोटाचा लठ्ठपणा कमी होतो. पचनशक्तीही वाढते.

७९. ग़र्भापिंडासन

हे योगासन केल्यामुळे तुमचे शरीर आणि मनाला खूप शांतता मिळते. तसेच ऊर्जाही मिळते. यामुळे पोटाचा लठ्ठपणा कमी होतो. तसेच पोटाच्या अन्य विकारांपासूनही मुक्तता मिळते.

कृती - हे आसन करणे थोडे त्रासदायक आहे. मॅटवर बसा. दोन्ही पाय वाकवा. शांतपणे जोडा. पायांच्या मधून दोन्ही हात काढा आणि ते तोंडाच्या दिशेने न्या. तोंडाला हात चिकटवा आणि डोळयांनी सरळ समोर बघा. ही क्रिया २ मिनिटांपेक्षा जास्त वेळ करू नका.

लाभ : हे आसन पोटाच्या विकारापासून मुक्तता मिळवून देते. पोटाचा लठ्ठपणा कमी करते.

८०. मारिचासन- अ

हे योगासन केल्यामुळे पायांच्या मागील भागात निर्माण होणारा तणाव कमी होतो. हे केल्यामुळे शरीराच्या त्या भागातही रक्ताभिसरण तीव्रतने होते, ज्यामुळे अशा प्रकारचा तणाव निर्माण होतो.

कृती - मॅटवर बसावे. आता डावा पाया लांब करावा. उजवा पाय गुढग्यातून वाकवावा. दोन्ही हात मागे न्यावेत आणि दोन्ही हात परस्परांना भिडलेले असावेत. आता डोके खाली वाकवावे आणि लांब केलेल्या डाव्या पायाच्या गुढग्याला तोंडाने स्पर्श करण्याचा प्रयत्न करावा. नंतर दुसऱ्या पायानेही हेच आसन करावे.

लाभ : हे आसन क़ेल्यामुळे पायांमध्ये तणाव निर्माण होत नाही.

८१. मारिचासन- ब

हे योगासन केल्यामुळे आपल्या पचनसंस्थेतील अवयव सक्रिय राहण्यासाठी मदत होते. मांसपेशीमध्ये तणाव निर्माण झाल्यामुळे कंबरेमध्ये जर वेदना राहत असतील, तर या योगासनामुळे ती वेदना कमी होते.

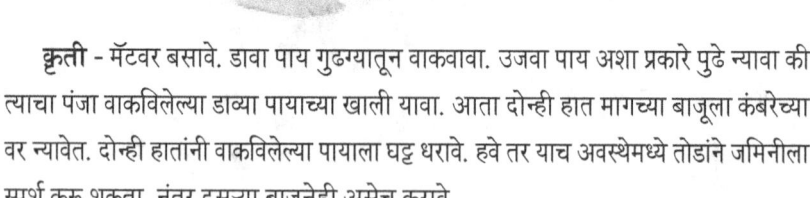

कृती - मॅटवर बसावे. डावा पाय गुढग्यातून वाकवावा. उजवा पाय अशा प्रकारे पुढे न्यावा की त्याचा पंजा वाकविलेल्या डाव्या पायाच्या खाली यावा. आता दोन्ही हात मागच्या बाजूला कंबरेच्या वर न्यावेत. दोन्ही हातांनी वाकविलेल्या पायाला घट्ट धरावे. हवे तर याच अवस्थेमध्ये तोडांने जमिनीला स्पर्श करू शकता. नंतर दुसऱ्या बाजूनेही असेच करावे.

लाभ : हे आसन मांसपेशीतील तणाव कमी करते.

८२. मारिचासन- स

हे योगासन केल्यामुळे तुमच्या हातांमध्ये शक्ती येते तसेच कंबरदुखीही कमी होते. या आसनामुळे पोटातील अवयवांनाही स्फूर्ती मिळते.

कृती - मॅटवर पाय लांब करून बसावे. आता उजवा पाय गुढग्यातून वाकवावा. क़ंबर मागच्या बाजूला वळवावी म्हणजे तोंडही मागच्या दिशेला वळते. ड़ावा हात कंबरेच्या मागे न्यावा. ज़ो वाकलेल्या पायाला गुढग्यावरून जाईल. दोन्ही हात मागे परस्परांना मिळवावे. नजर नेहमी समोर ठेवावी.

लाभ : हे आसन आपल्या हातांना शक्तिशाली करते.

८३. पूर्वोत्तानासन

हे योगासन केल्यामुळे आपले पूर्ण शरीर प्रफुल्लीत होते. हे केल्यामुळे आपले पोट, पाय, हात, नाक या अवयवांमध्ये खूप सक्रियता निर्माण होते. तसेच आपली छातीही खूप मोकळी मोकळी दिसायला लागते. हे केल्यामुळे मन स्थिर आणि शांत होते.

कृती - मॅटवर झोपावे. हात-पाय पूर्ण मोकळे असायला हवेत. आता हातावर भार टाकीत

कंबरेचा वरचा भाग आणि धड वर उचलण्याचा प्रयत्न करावा. तोंड वरच्या दिशेला ठेवावे. मध्ये मध्ये शरीर वर -खाली करण्याचा प्रयत्न करावा.

लाभ : हे आसन क़ेल्यामुळे शरीरात नवीन ऊर्जा संचार होते.

८४. सुप्त कूर्मासन

हे योगासन केल्यामुळे तुमच्या कंबरेच्या खालच्या भागातील वेदना कमी होतात. पोटाच्या आतील अवयव आणि स्नायुतंत्रही योग्य प्रकारे काम करू लागते. याशिवाय यामुळे आपल्या शरीरात असलेली चरबीही कमी होऊ लागते. तसेच कफ दोषापासून मुक्तताही मिळते.

क्रृती - हे एक झोपलेल्या कासवाची स्थिती बनविणारे आसन आहे. सतरंजीवर बसावे. आता डोके समोरच्या बाजूला झुकवावे. म्हणजे डोके गुढग्यापर्यंत येऊ शकेल. डाव्या हाताने डाव्या पायाचा पंजा पकडावा आणि उजवा हात मागून कंबरेवर आणावा. दोन्ही हात आपसांत जोडावेत. मग पाय डोक्यावर घेण्याचा प्रयत्न करावा. हात मिळालेल्या अवस्थेत ठेवावे.

लाभ : हे आसन पोटातील अवयवांना चांगले काम करण्यासाठी प्रेरित करते.

८५. त्रियेगा मुखयैक़ापदा परिचमोत्रासन

हे योगासन केल्यामुळे तुमच्या शरीराच्या मागील भागात सक्रियता दिसू लागते. तुमच्या पायांवर सूज आली असेल तर हे आसन केल्यामुळे सूज लगेच उतरते.

क्रृती - क़ंबरेवर बसावे. दोन्ही पायाच्या पंजावर नितंबांचा भार असायला हवा. थोड्या वेळानंतर डावा पाय पूर्णपणे लांब करावा. मग दोन्ही हातांनी त्या पायाचा पंजा घट्ट धरावा. या दरम्यान तुमचे

तोंड उघडलेल्या पायावर असायला हवे. हे काम वाकूनच करायला हवे. नंतर दुसऱ्या बाजूनेही असेच करायला हवे.

लाभ : हे आसन क़ेल्यामुळे पायांवरील सूज कमी होते.

८६. परिग्रहासन

हे योगासन केल्यामुळे तुमच्या पोटामधील अवयव आणि फुफ्फुसांना नवीन ऊर्जा मिळते. तसेच आपल्या शरीरामध्ये प्राणशक्तीचा नव्याने संचार होतो. आपल्याला आणि आपल्या मनाला ऊर्जाही मिळते.

कृती - गुढग्यावर भार देऊन मॅटवर बसावे. मग डावा पाय लांब करावा. उजवा पाय गुढग्यावर ठेवून आता शरीर स्थिर करा. आता डाव्या हाताने डाव्या पायाला पकडा किंवा स्पर्श करा. उजवा हात उलट दिशेला न्या. हात सरळ असायला हवा. दीर्घ श्वास घेत रहा. मग हे दुसऱ्या बाजूनेही करा.

लाभ : हे आसन शरीराला नवीन ऊर्जेने ओतप्रेत करते.

८७. पिंडासन

हे योगासन केल्यामुळे तुमची पचनशक्ती वाढते. पोटात होणारी वेदना कमी होते. पाठीचा कणा मजबूत होतो. पोट चांगले राहते तसेच श्वास घेण्यासाठी कोणत्याही प्रकारची अडचण येत नाही.

कृती - हे आसन केल्यामुळे शरीर एकदम पिंडीसारखे होते. आधी मॅटवर झोपावे. मग पाय वाकवून एकदम डोक्याजवळ आणावेत. दोन्ही हातांनी पाय धरून ठेवा. कधी कधी ड़ोके दोन्ही पायांच्या मध्येही टाकू शकता. शरीर धरून ठेवा

आणि दीर्घ श्वास घेत रहा.

लाभ : हे आसन पचन शक्ती चांगली बनविते.

८८. उभयपादांगुष्ठासन

हे योगासन केल्यामुळे क़ंबर, मलद्वार किंवा गुदा, पोट आणि गुप्तांगांना मजबुती मिळते.

कृती - मॅटवर बसावे. आता हाताने पायांच्या पंजांना पकडावे. त्यांना पूर्ण सामर्थ्यानिशी धरून ठेवावे. आता पाय लांब करा. पंजांना पुन्हा पूर्ण सामर्थ्याने धरून ठेवा. आता पाय उचलण्याचा प्रयत्न करा. लक्षात ठेवा, तुमचे सर्व वजन नितबांवर असायला हवे. ड़ोके आकाशाकडे ठेवावे. समोरही ठेवू शकता.

लाभ : हे आसन पोट आणि कंबरेसाठी खूपच सहाय्यक ठरते.

८९. सुप्त पादांगुष्ठासन

हे योगासन केल्यामुळे त्या लोकांना खूपच चांगला फायदा होतो, जे पायाच्या मागील भागात तणाव निर्माण होत असल्यामुळे परेशान असतात. त्याच्यावर दबाव न टाकताही हे आसन त्यांना या आजारापासून मुक्तता मिळवून देते.

कृती - मॅटवर सरळ उभे रहा. उजवा पाय जितका वर नेता येईल तितका वर न्यावा. ड़ावा हात डाव्या कंबरेच्या वर ठेवावा. उजवा हात त्या उजव्या पायाच्या दिशेने न्यावा, ज़ो पाय वर उचलेला आहे. असे करीत

असताना नजर नाकाच्या सरळ रेषेत असायला हवी. क़ाही वेळानंतर दुसऱ्या दिशेनेही हे आसन करावे.

लाभ : हे आसन पायांच्या मासंपेशी नेहमी ठीक ठेवते. मुलींसाठी हे श्रेष्ठ आसन आहे.

९०. बद्धपद्मासन

हे योगासन केल्यामुळे तुमच्या पायांमध्ये खूप लवचिकता येते. हे तुमच्या हातातील मागचा भाग मजबूत बनविण्यासाठीही खूप मदत करते. पाठीचा कणाही ठीक ठेवतो तसेच पचनसंस्थाही योग्य प्रकारे काम करते.

कृती - मांडी घालून बसावे. डावा हात पाठीच्या मागून घेऊन त्याने उजव्या पायाचा आंगठा धरावा. अशाच प्रकारे उजवा हातही पाठीच्या मागून घेऊन त्याने डाव्या पायाचा आंगठा धरावा. छाती एकदम ताठ ठेवावी. ड़ोकेही सरळ ठेवावे. हनुवटी घाटीला टेकलेली असावी. नजर नाकाच्या रेषेत असावी.

लाभ : पायांमध्ये लवचिकता आणण्यासाठी सहाय्यक ठरते.

९१. ऊर्ध्व प्रसारिता एका पदासन

हे योगासन केल्यामुळे आपल्या पायांचा मागील भाग खूप सुदृढ बनविते तसेच लवचिकही ठेवते. पोटातील अवयवांची कार्यक्षमताही वाढविते. किडनी, लिव्हर आणि मेंदू सक्रिय ठेवते.

कृती - मॅटवर सरळ उभे रहावे. आता उजवा पाय सरळ वरच्या दिशेला न्यावा आणि ड़ोके खालच्या दिशेला न्यावे. ड़ावा हात जमिनीवर ठेवावा आणि उजवा हात ख़ालच्या पायाच्या पोटरीकडे न्यावा. तुमची नजर सरळ

असायला हवी. दीर्घ श्वास घेत रहा. नंतर दुसऱ्या बाजूनेही असेच करा.

लाभ : हे आसन पायांना मजबुती देते तसेच मेंदू शांत ठेवते.

९२. परिव्रता अर्धचंडासन

हे योगासन केल्यामुळे मानवी शरीराच्या सांध्यामध्ये लवचिकता निर्माण होते. मांड्यांना मजबुती मिळते. शरीरातील प्रत्येक अवयवांमध्ये खूप चांगला ताळमेळ निर्माण होतो. तसेच त्यामध्ये शुद्धताही येते.

क्रुती - मॅटवर सरळ उभे रहा. ड़ावा पाय ९० अंशाच्या कोनात वर उचला आणि समोरच्या बाजूला शरीर वाकवा. आता डावा हात जमिनीवर ठेवा आणि शरीराचे सर्व वजन त्यावर टाका. उजवा हात सरळ ठेवा. दीर्घ श्वास घेत रहा. नंतर हेच दुसऱ्या बाजूनेही करा. लक्षात ठेवा, नजर वरच्या बाजूला असायला हवी.

लाभ : हे आसन शरीरातील अवयवांमध्ये चांगला ताळमेळ निर्माण करते.

९३. एकता पाद हमसा पाश्वोन्नासन

हे योगासन केल्यामुळे आपल्या शरीरातील अवयवांमध्ये चांगला ताळमेळ निर्माण होण्यासाठी मदत मिळते. हे आसन केल्यामुळे आपल्या हातातील सांध्यांमध्येही चांगले मोकळेपण दिसायला लागते.

क्रुती - हे आसन जिम्नॅस्टिकसारखेच आहे. सरळ उभे राहून डावा पाय सरळ आणि उजवा पाय वरच्या दिशेला उचला. क़ंबर पुढे

वाकवा. हातांना कंबरेच्या वर न्या. ड़ोक्याला वरच्या दिशेने नेण्याचा प्रयत्न करा. नजर सरळ ठेवा. हवे तर दुसऱ्या बाजूनेही असेच करा.

लाभ : हे आसन क़ेल्यामुळे हाताच्या सांध्यामध्ये लवचिकता निर्माण होते.

९४. ग़रुडासन

हे योगासन केल्यामुळे हाता-पायात होणाऱ्या वेदनेपासून सुटका मिळते. त्यामध्ये आलेली कोणत्याही प्रकारची विकृती दूर होते. सांध्यांनाही मजबुती मिळते. एकाग्रता विकसित करण्यामध्ये सहाय्यक. मूत्र विकार दूर करते तसेच गुर्द्याचे विकार दूर करण्यातही सहाय्यक.

कृती - सरळ उभे रहावे. एका पायाने दुसऱ्या पायाला अशा प्रकारे विळखा घालावा की, ज़णू काही झाडाला वेल लपेटली आहे. अशाच प्रकारे दोन्ही हातही लपेटावेत. दोन्ही हातांचे तळवे एक दुसऱ्याला भिडलेले असावेत. एक पाय सरळ राहतो आणि दुसऱ्याने त्याला विळखा घातला जातो.

लाभ : हे आसन हाता पायात होणाऱ्या वेदनेपासून मुक्ती मिळवून देते.

९५. प्रसारिता पादोत्तानासन

हे योगासन केल्यामुळे तुमच्या पाठीचा कणा आणि पायांच्या मागील भागात खूप मजबुती येते. त्यामध्ये लविचिकताही वाढते. त्यामुळे तुमचे रक्ताभिसरणही

व्यवस्थित होते आणि रक्तदाबाही नियंत्रणात राहतो. रक्तदाब नियंत्रित राहण्याबरोबरच मेंदूलाही शांतता मिळते. हे आसन फुफ्फुसे आणि हृदयालाही

मजबूती प्रदान करते.

कृती - मॅटवर स्थिर उभे रहावे. आता पाय पसरावेत. क़ंबर खालच्या बाजूला समोरच्या दिशेने झुकवावी. ड़ोके जमिनीवर

ठेवावे. हातही डोक्याच्या बाजूला असावेत. ते तळव्यावर सेट करावेत. त्यांनाही नंतर पसरवू शकता. नजर समोर ठेवावी. श्वास मंद ठेवावा.

लाभ : हे आसन रक्तदाब नियंत्रित ठेवते.

९६. परिव्रता पार्श्वकोणासन

हे योगासन केल्यामुळे तुमच्या पाठीच्या कण्याचे विकार बरे होतात तसेच त्यात लवचिकताही निर्माण होते. हे योगासन तुमच्या शरीरात पसरलेल्या विषारी पदार्थांचे शमन करते तसेच अंतरिक अवयवांना अतिशय सक्रिय करते.

कृती - मॅटवर सरळ उभे रहावे. आता एक पाय पुढे पसरावा. गुढग्यावर तो सरळ करावा. दुसरा पाय मागे न्यावा आणि तो पंजावर सेट करावा. ड़ावा हात समोरच्या पायाच्या बरोबरीने जमिनीवर टेकवावा. दुसरा हात हवेमध्ये दुसऱ्या पायाच्या रेषेत ठेवावा. नजर वर ठेवावी.

लाभ : हे आसन शरीरातील विष काढण्यासाठी सहाय्यक ठरते.

९७. पार्श्वकोणासन

हे योगासन केल्यामुळे पाय, गुढगे आणि सांध्यामध्ये होणाऱ्या वेदनेपासून मुक्तता मिळते. तसेच त्यावर येणारा दबावही कमी होतो. ॲसिडिटी, गॅस आणि पोटावर पडणारा दबाव यापासूनही मुक्तता मिळते. तसेच तुमची सहनशक्ती आणि क्षमता यामध्ये उत्तरोत्तर वाढ होते.

कृती - मॅटवर उभे रहावे. उजवा पाय समोर नेऊन गुढग्यावर सरळ करावा. ड़ावा पाय मागच्या दिशेने पसरावा. आता उजवा हात उजव्या पायाच्या दिशेने न्यावा. पायाच्या पंजापर्यंत. इकडे डावा

हात पूर्ण हवेमध्ये न्यावा. म्हणजे डावा पाय आणि डावा हात एका रेषेत येतील. नजर हाताकडे सरळ ठेवावी. नंतर हे दुसऱ्या दिशेनेही करू शकता.

लाभ : हे आसन पाय, गुढगे आणि मांड्याचे विकार दूर करते.

९८. निर्लाम्बा पार्श्वकोणासन

हे योगासन केल्यामुळे तुमच्या मांड्या, फुफ्फुसे आणि छातीमध्ये नवीन ऊर्जेचा संचार होतो. तसेच तुमच्या हातांमध्ये खूप शक्ती आल्याची जाणीव होते.

कृती - हे आसन करणे थोडे कठीण आहे. मॅटवर उभे रहा आणि उजव्या पायावर सर्व भार टाका. क़ंबरेला जमिनीच्या दिशेने समोर झुकवा. ड़ावा पाय विरुद्ध दिशेला हवेत न्या. आता दोन्ही

हात कंबरेच्या खाली नेऊन एक दुसऱ्याला जोडा. तोंड जमिनीकडे असावे. असे दुसऱ्या दिशेनेही करू शकता. त्यावेळी तोंड आकाशाकडे असावे.

लाभ : हे आसन तुमच्या मांड्या, छाती आणि फुफ्फुसांना ऊर्जावान करते.

९९. अर्धबद्ध पद्मोत्तासन

हे योगासन केल्यामुळे पोटातील सर्व अवयवांची चांगल्या प्रकारे मालीश होते. तसेच यामुळे मोठ्या आतड्यांचे काम आणखी चांगल्या प्रकारे होते.

कृती - मॅटवर सरळ उभे रहा. दीर्घ श्वास घ्या. कंबरेच्या आधाराने समोरच्या दिशेला झुका. उजवा पाय अर्धा वाकवावा आणि मागे नितंबाच्या दिशेने न्यावा. डावा हात जमिनीवर ठेवावा आणि उजवा हात कंबरेच्या मागे ठेवावा. या हाताची मूठ बांधावी. नजर मागच्या दिशेला असावी. हे आसन विरुद्ध दिशेनेही करू शकता.

लाभ : हे आसन केल्यामुळे पोटातील अवयव आणि मोठे आतडे सक्रिय होतात.

१००. हस्त पादांगुष्ठासन

हे योगासन केल्यामुळे शरीरातील सर्व अवयवांमध्ये ताळमेळ निर्माण होणे यासाठी सक्रिय भूमिका पार पाडली जाते. हे पायांचे सांधे, नितंबांचे सांधे, मांसपेशी आणि गुढग्याच्या मागील नसांमधील तणाव नष्ट करतो. पायांमध्ये स्फूर्तीही निर्माण होते. ज्यांचे शरीर थरथरते त्यांच्यासाठी हे उत्तम आसन आहे.

कृती - मॅटवर सरळ उभे रहा. समोर पहा. आता उजवा पाय त्याच दिशेने वर उचला. उजव्या हाताने उजव्या पायाचा आंगठा जोराने पकडा. डावा हात कंबरेच्या वर समोरच्या दिशेला ठेवावा. नजर समोर ठेवावी. नंतर हाताकडेही नजर वळवावी.

लाभ : हे आसन मांसपेशीमध्ये निर्माण होणारा तणाव कमी करते.

१०१. नटराजासन

हे योगासन भगवान शिवाला समर्पित आहे. हे आसन केल्यामुळे तुमचे हात, पाय, पोट, छाती आणि मांड्यांमधील तणाव कमी केला जातो. मेंदू आणि शरीरामध्ये चांगल्या प्रकारे ताळमेळ निर्माण करण्याचे काम हे आसन करते. स्नायुमंडळही खूप मजबूत करते.

कृती - आधी उजव्या पायावर उभे राहून डावा पाय गुढग्यातून वाकवून मागे न्यावा. मग उजव्या हाताच्या बोटांनी उजव्या पायाची बोटे धरावीत. डाव्या हाताची बोटे भिडवल्यावर हात ताणून सरळ करावा. तो वर उचलावा. पाय मागे ढकलावा. क़ंबरेचा वरचा भाग वरच्या दिशेने उचलावा. ड़ाव्या हाताची बोटे पाहण्याचा प्रयत्न करावा. तेच पहा. श्वास जसा घेत आहात तसाच घेत रहा.

लाभ : हे आसन शारीरिक अंगातील तणाव कमी करते.

१०२. सिंहासन

हे योगासन केल्यामुळे आपल्या चेहऱ्याचे सौंदर्य वाढते. त्याशिवाय टॉन्सिल, थायराईड आणि घशाच्या विकारासाठीही उपयुक्त आहे. ज़ी मुले तोतरे किंवा अडखळत बोलतात त्यांनी हे आसन करायला हवे.

कृती - दोन्ही पाय गुढग्यात वाकवून मागे न्यावेत. आंगठे आणि तळव्याची कमान करून त्यावर बसावे. टाचा नितंबाच्या खाली ठेवाव्यात. आंगठे आणि तळव्यांची कमान झाली नाही तर, क़ोणत्याही स्थितीत खाली झोपावे. शरीर ताठ ठेवावे. समोर बघावे. सामान्य पद्धतीने श्वास

घेत रहावे.

लाभ : हे आसन क़ेल्यामुळे चेहऱ्याचे सौंदर्य उजळते. स्त्रियांसाठी लाभदायी. मान आणि पायांना ऊर्जा तसेच शक्ती प्रदान करते.

१०३. नवासन

हे योगासन केल्यामुळे तुमचे पोट आणि पोटातील अवयव अतिशय चांगल्या प्रकारचे परिणाम देतात. हे केल्यामुळे आपला तणाव दूर होतो तसेच पचनक्रियाही चांगली राहते.

कृती - सतरंजीवर सरळ बसावे आणि पाय समोरच्या दिशेला सरळ पसरावेत. आता कंबरेला थोडे मागच्या बाजूला ढकला. पायांना गुढग्याच्या वर वाकवून समोरच्या दिशेला सरळ करावेत. दोन्ही हात पसरावेत आणि समोरच्या बाजूला पायाच्या गुढग्यांवर न्यावेत. नजर समोर ठेवावी. श्वास सामन्यपणे घ्यावा आणि सोडावा.

लाभ : हे आसन तणाव कमी करते. पोट चांगले ठेवते.

१०४. ऊर्ध्व प्रसारित पदासन

हे योगासन केल्यामुळे तुमचे पोट सुंदर आणि सुडौल होण्यासाठी मदत मिळते. हे केल्यामुळे पोटाच्या आसपास जमा झालेली चरबी कमी होते. तसेच गॅसच्या समस्येपासूनही मुक्ती मिळते.

कृती - मॅटवर सरळ झोपावे. हात मागच्या दिशेला न्यावेत. नंतर हेच हात समोरच्या दिशेला जमिनीवरही टेकवू शकता. पाय हवेत घ्यायला सुरूवात करा. क़ंबरेच्या मध्यापर्यंत त्यांना सरळही करू शकता.

असे १ मिनिट करा.

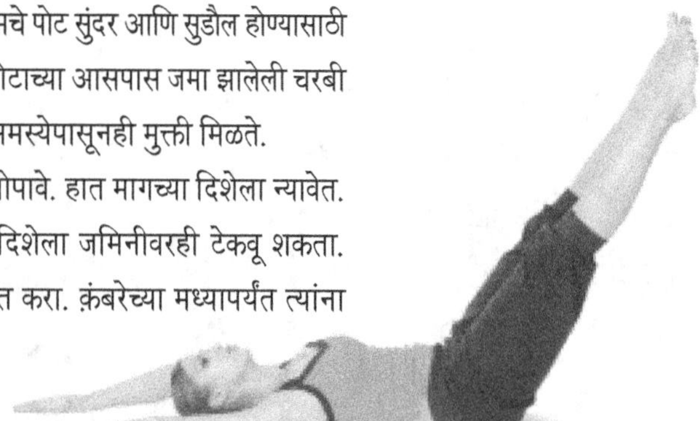

नजर समोर ठेवा.

लाभ : हे आसन पोट सुंदर आणि सुडौल करते. मुलींनी हे आवश्य करावे.

१०५. ज़ठरा परिवर्तनासन

हे योगासन केल्यामुळे पाठीच्या कण्यामध्ये लवचिकता येते. तसेच नितंब आणि कंबर दुखीपासूनही सुटका मिळते. हे केल्यामुळे पचन क्रिया चांगली राहते तसेच रक्ताभिसरणही चांगले होते.

कृती - सतरंजीवर सरळ झोपावे. दोन्ही पाय परस्परांना जोडावेत. मग ते गुढग्यातून वाकवावेत आणि पुन्हा सरळ करावेत. ड़ावीकडे न्यावेत. डोके सरळ ठेवावे आणि हातांना आपापल्या दिशेला सरळ पसरावे. हाताचे पंजे जमिनीला स्पर्श करणारे असावेत. दीर्घ श्वास घेत रहा. नंतर दुसऱ्या दिशेनेही हे करू शकता.

लाभ : हे आसन क़ंबर दुखी बरी करण्यासाठी सहाय्यक आहे.

१०६. अर्ध मत्स्येंद्रासन

हे योगासन केल्यामुळे पाठीच्या कण्याच्या नसा आणि स्नायु तंत्रामध्ये बळकटी येते. पचन शक्ती वाढते. लिव्हर योग्य प्रकारे काम करू लागते. क़ीडनीमध्ये निर्माण झालेले दोषही दूर होतात.

कृती - सतरंजीवर बसावे. उजवा पाय आपल्या नितंबाच्या खाली अशा प्रकारे सेट करावा की नितंबाचे सर्व वजन यावर यावे. ड़ावा पाय ४५ अंशामध्ये अशा प्रकारे वाकवावा की, गुढगा पायाच्या आसपास वाकावा. आता उजव्या

हाताने डाव्या वाकलेल्या पायाला स्पर्श करावा. ड़ावा हात कंबरेच्या वरून डोक्याच्या मागे न्यावा. जिथे डोके असेल तिथे मागच्या बाजूला नजर असेल. विरुद्ध दिशेलाही करा.

लाभ : हे आसन स्नायु तंत्र चांगले करण्यासाठी मदत करते.

१०७. पाशासन

हे योगासन केल्यामुळे तुमची पचनसंस्था चांगली राहते तसेच भावना आणि हावभाव योग्य करण्यासाठी प्रभावी आहे. मान आणि कंबर दुखीमध्येही मदत करते. मासिक पाळीच्या समस्याही या आसनामुळे बऱ्या होतात.

कृती - मॅटवर बसा. आता अवस्था बदलून गुढगे वाकवून बसा. ड़ावा हात मागच्या बाजूला नेऊन त्याला उजव्या हाताने धरावे. नजर समोरच्या दिशेला किंवा वरच्या दिशेलाही ठेवू शकता. ड़ोके उंच असेल तेव्हाच वरच्या दिशेला बघा.

लाभ : हे आसन मासिक पाळी नियमित करते.

१०८. वातायनासन

जगप्रसिद्ध योग गुरू वातायन लावीत असत. त्यामुळे त्यांच्या नावावरून या आसनाचे नावही वातायनासन पडले आहे.

कृती - ज़मिनीवर सरळ ताडासनामध्ये उभे रहा. आपल्या दोन्ही पायांचे गुढगे आणि पंजे परस्परांना भिडलेले असावेत. आता हळूहळू उजवा पाय गुढग्यातून वाकवून त्याची टाच डाव्या पायाच्या मांडीला लावावी. दोन्ही हात नमस्कार मुद्रेमध्ये जोडावेत. हळूहळू वाकलेल्या पायाचा गुढगा जमिनीवर ड़ाव्या पायाच्या टाचेजवळ आणावा. आता तसे प्रयत्न करावेत. क़ंबर, मान ताठ ठेवावी. श्वासांची गती सामान्य असावी. तुमच्या क्षमतेनुसार तुम्ही जितका वेळ या आसनात राहू शकता तितका वेळ रहावे.

रोखू शकत नसाल तर परत यावे. मग दुसऱ्या पायानेही या आसनाचा सराव करावा. सुरूवातीला दोन्ही बाजून २-२ वेळा सराव करावा.

लाभ : हे आसनाच्या सरावाने पायातील मांसपेशी दृढ होतात. संतुलन राखण्याची सामर्थ्य वाढते. हे आसन दर्द, मानदुखी, हार्निया आणि पाठीचा कणा याचे सर्व विकार दूर करते. बहुमूत्र, वीर्य विकार, शीघ्र पतन यासारखे दोष दूर करते. पाय वाकलेल्या अवस्थेमध्ये असल्यामुळे त्यातील रक्ताभिसरण उलट्या दिशेने होते. त्यामुळे पायांच्या सर्व प्रकारच्या समस्या तसेच पायांना मुंग्या येणे दूर होते. हे आसन मन स्थिर ठेवण्यासाठी आणि एकाग्रता साााधण्यासाठीही उपयुक्त आहे.

विशेष : हे आसन योगातील अवघड आसनांपैकी एक आहे. त्यामुळे अवयव वाकवितांना घाई करू नये. धैर्यपूर्वक सराव करावा. सांधे दुखी असणाऱ्यांसाठी आणि स्त्रियांसाठी हे आसन वर्ज्य आहे. एखाद्या योग गुरूच्या मार्गदर्शनाखालीच याचा सराव करावा.

१०९. अग्निसार

कृती - पद्मासन किवा सुखासनाच्या स्थितीमध्ये किंवा मग उभे राहूनही अग्निसार आसन करता येऊ शकते. आपले दोन्ही हात गुढग्यावर ठेवा. श्वास सोडून पोट आतमध्ये घ्या. त्याला अतिशय वेगाने ८-१० वेळा आत-बाहेर करा. नंतर मग तुम्हाला शक्य होईल त्यानुसार ही क्रिया करावी. नंतर श्वास सोडावा. मग पूर्ण श्वास बाहेर सोडून पोट आत घ्या. सुरुवातीला हा सराव २ वेळा करायला हवा.

लाभ : या क्रियामुळे मंदाग्नी दूर होऊन जठराग्नी प्रज्वलित होतो. हे आसन मलावरोधासाठी रामबाण आहे. पोटातील कडकपणा, वायुगोळा आणि तिल्लीसाठी हे आसन लाभदायी आहे. मासिक पाळीचे विकार दूर होतात आणि लठ्ठपणा कमी व्हायला मदत होते.

विशेष : सुरूवातीला हे आसन करण्याची घाई करू नका. अग्निसार क्रिया नेहमी रिकाम्या पोटी करायला हवी. हृदयविकार आणि ब्लड प्रेशर तसेच आतड्यांचे विकार असलेल्या रुग्णांसाठी हे आसन वर्ज्य आहे.

प्राणायाम

विविध प्रकारच्या आसनानंतर क्रमांक येतो तो प्राणायामचा. प्राणायाम काय असतो? प्राणायाम बहिरंग योगाच्या अंतर्गत येतो. आसने सिद्ध झाल्यावर श्वाच्छोश्वासाच्या गतीचा विच्छेद करणे म्हणजेच प्राणायाम होय. साध्या शब्दांमध्ये हे अशा प्रकारेही सांगितले जाऊ शकते. पाच मुलभूत तत्त्वांपैकी एक तत्त्व असते, वायू. ज़े आपल्या शरीराला जिवंत ठेवीत असते. इथे वायुच्या रुपात श्वासरुपी आपले प्राण आहेत. प्राण तर आपल्या शरीराच्या कणाकणात उपस्थित असतो. तो कधीही विश्रांती घेत नाही, सतत काम करीत राहतो. ज़ोपर्यंत प्राणशक्ती सुरू राहते, तोपर्यंत माणूस जिवंत असतो. त्यामुळे स्वाभाविक आहे की प्राण हेच जीवन आहे. प्राण हेच सर्व काही आहे. हेच प्राण शुद्ध, निरोगी आणि स्वस्थ ठेवण्याचे काम प्राणायाम करीत असते.

- प्राणायामात श्वास नाकानेच घ्यायला हवा.
- प्राणायाम करीत असताना थकवा जाणवत असेल तर मध्ये मध्ये सूक्ष्म व्यायामही करायला हवा.
- बळजबरीने श्वास रोखू नका.
- प्राणायाम करायच्या आधी ॐ चा ३ वेळा उच्चार करायला हवा.
- आपल्या शरीरातील अनेक आजार प्राणायाममुळे दूर होऊ शकतात. एक सत्य हेही आहे की प्राणायाम करणाऱ्याला आजार होत नाहीत.
- प्राणायामामुळे फक्त प्राणच नाही तर मनही नियंत्रणात ठेवले जाऊ शकते. मन नियंत्रणात असल्यामुळे बुद्धीही सूक्ष्म आणि तीव्र होते.
- यामुळे शरीर क्रियाशील होते. त्यामध्ये लवचिकता, स्फूर्ती-उत्साह, तसेच तेजोमय कांती निर्माण होते.

● प्राणायामामुळे शरीरातील त्रिदोष दूर होतात. शरीर निरोगी आणि दीर्घायू होते.

● प्राणायाम अशा ठिकाणी करू नका, जिथे धूर, माती, गोंधळ आणि अशांतता असेल.

● ताप असताना प्राणायाम करू नका. ग़रोदर स्त्रियांनीही प्राणायाम करू नये.

लाभ : प्राणायामामुळे सर्व शरीराचे विकार दूर होतात. शरीर स्वच्छ, शक्तिशाली आणि तेजस्वी होते. क़ाम, क्रोध, लोभ, मोह, अहंकाराचा नाश होतो. मानसिक शांतता मिळते. पचन क्रिया योग्य प्रकारे काम करू लागते. स्मरण शक्ती वाढते. कुंडलिनी जागृत होते. चंचल मन स्थिर होते. आयुष्य वाढते.

आम्ही इथे ७ प्राणायाम देत आहोत, ज्यांचा नियमित सराव केल्यामुळे तुम्ही स्वस्थ आणि निरोगी राहू शकता. प्राणायामानंतर सरळ ध्यानाला सुरूवात करता येऊ शकते. तसे कपालभातीला प्राणायाम समजले जात नाही.

कपालभाती

● सुखासनात बसा आणि डोळे बंद करा.

● दोन्ही नाकपुड्यांनी खोलवर श्वास आतमध्ये घ्या. त्यामुळे छाती फुगते.

● आता श्वास जबरदस्ती करून पूर्णपणे बाहेर काढा.

● अशा प्रकारे २० श्वास न थांबता घ्यायचे आणि सोडायचे आहेत. हे कपालभातीचे एक चक्र पूर्ण झाले. प्रत्येक चक्र पूर्ण झाल्यावर काही खोल आणि दीर्घ श्वास घ्या. मग दुसरे चक्रही असेच पूर्ण करा. अशा प्रकारे एका वेळी तुम्ही ३ चक्र पूर्ण करू शकता.

लाभ : कफ विषयक विकार दूर करण्यासाठी सहाय्यक. यामुळे अस्थमा आणि ब्रोकांयटीसही दूर होतो.

क्रोणी करू नये : ज़्या लोकांना हृदयविकार आहे. चकरा येतात, ब्लड प्रेशर जास्त राहते, हार्निया आहे, त्यांनी हे करू नये.

१. अनुलोम- विलोम

- सुखासनात बसा आणि डावा हात डाव्या मांडीवर ज्ञानमुद्रेत ठेवा.
- उजव्या हाताची अनामिका आणि करंगळी डाव्या नाकपुडीवर ठेवा तर उजव्या हाताचा आंगठा उजव्या नाकपुडीवर ठेवा. तर्जनी आणि मध्यमा ही दोन्ही बोटे वाकवावीत.
- आता डाव्या नाकपुडीने श्वास आत घ्या आणि अनामिका तसेच करंगळीने ती बंद करून टाका. लगेच उजव्या नाकपुडीवरून आंगठा काढा आणि हा श्वास बाहेर येऊ द्या. आता उजव्या नाकपुडीने श्वास घ्या आणि आंगठ्याने ती बंद करून टाका. हा श्वास डाव्या नाकपुडीतून बाहेर टाका. हे एक राऊंड झाले असे किमान ५ राउंड करा.

लाभ : तणाव कमी करतो. प्राण शक्ती वाढवितो. हे सर्व लोक करू शकतात.

२. उज्जयी प्राणायम

- क़ोणत्याही आरामदायी आसनामध्ये बसा.
- ड़ोळे बंद करा आणि आपल्या नाकपुड्यांनी हळूहळू श्वास घ्या आणि सोडा. श्वास घेताना आणि सोडताना घशातील मांसपेशी आंकुचंन पावलेल्या असाव्यात. त्यामुळे हवा बाहेर निघण्याचा मार्ग अरुंद होतो. अशा स्थितीमध्ये श्वास दीर्घ आणि खोलवर असायला हवा. ग़ळयामुळे अडथळा निर्माण केला जात असल्यामुळे श्वास घेताना आणि सोडताना आवाज होतो.

लाभ : या प्रक्रियेत निर्माण होणारा ध्वनी मनाला शांतता देतो. रक्तदाब नियंत्रित करण्यासाठी मदत मिळते. हृदयाची स्पंदने नियंत्रित होतात. अस्थमा आणि टीबी बरी करण्यासाठी सहाय्यक आहे.

कोणी करू नये : ज़्या लोकांना हृदयाचा विकार आहे, त्यांनी कृपया हे करू नये.

३. भ्रामरी प्राणायम

- सुखासनात बसा आणि डोळे बंद करा.
- दोन्ही हात चेहऱ्यावर आणा. दोन्ही आंगठे कानामध्ये जातील. तर्जनी बोट डोळ्यांवर ठेवा. मध्यमा नाकाच्या जवळ आणि अनामिका ओठांच्या वर. तसेच करंगळी ओठांच्या खाली राहील.

- नाकाने खोल आणि दीर्घ श्वास घ्या.
- आता भ्रमरासारखा आवाज करीत श्वास बाहेर काढा. हा १ राऊंड झाला. असे किमान ५ राऊंड एका वेळी करायला हवेत.

लाभ : राग आणि अस्वस्थपणा कमी करते. तणावापासून मुक्ती मिळवून देते.

कोणी करू नये : ज़्या लोकांच्या नाकामध्ये किंवा कानांमध्ये संक्रमण आहे, त्यांनी हे करू नये.

४. भस्त्रिका प्राणायम

- क़ोणत्याही आरामदायी आसनामध्ये बसा. नाकाने पूर्ण वेगाने श्वास आत घ्या नंतर तो श्वास बळजबरीने बाहेर काढा. भस्त्रिका प्राणायममध्ये श्वास घेताना आणि बाहेर सोडताना पूर्ण सामर्थ्याचा वापर करणे अतिशय आवश्यक आहे.
- एकदा श्वास आत घेणे आणि बाहेर टाकणे असे किमान २० वेळा करावे. मग थोडी विश्रांती घ्यावी. पुन्हा असे २० वेळा करावे. असे सलग ३ वेळा करू शकता.

लाभ : शरीरातील विषारी घटक बाहेर काढण्यासाठी मदत करते. शरीरात ऑक्सिजनचा पुरवठा व्यवस्थित करते. रक्त शुद्ध करते.

कोणी करू नये : ज़्या लोकांना हृदय विकार आहे. हार्निया आहे, उच्च रक्तदाब आहे, त्यांनी हे करू नये. उन्हाळयाच्या दिवसातही हे करू नये.

५. शीतली प्राणायम

- क़ोणत्याही आरामदायी आसनामध्ये बसा. जिभेचे टोक ख़ालच्या ओठांवर ठेवा. त्याला रोल करा. तोंडाने श्वास घ्या आणि तो रोकून धरा. आता तोंड बंद करा. हा श्वास नाकाने बाहेर टाका.
- हां १ राउंड झाला. सुरूवातीला २-३ राऊंड करू शकता. नंतर १५ राऊंडपर्यंत वाढविता येते.

लाभ : शरीर थंड ठेवण्यासाठी मदत करते. ॲसिडिटी आणि उच्च रक्तदाब ठीक करते. हे केल्यामुळे पित्त, मलावरोध, पोटाचे विकार, त्वचा रोग, पोटातील उष्णता आणि घशाचे विकार बरे होतात.

कोणी करू नये : सर्दी झालेल्या लोकांनी हे करू नये. तसेच थंडीच्या दिवसातही हे करू नये. दमा आणि टॉन्सिलचा विकार असलेले रोगी आपल्या गुरूच्या मार्गदर्शनाखाली हे करू शकतात.

६. चंद्रभेदी प्राणायम

- ज़मिनीवर पद्मासन किवा सुखासनाच्या मुद्रेमध्ये बसा. क़ंबर, मान आणि पाठीचा कणा ताठ ठेवा.
- ड़ावा हात डाव्या गुढग्यावर ज्ञानमुद्रेमध्ये ठेवा. उजव्या हाताच्या आंगठ्याने नाकपुडीचे उजवे छिद्र बंद करा. आता नाकपुडीच्या डाव्या छिद्राने श्वास घ्या. (पूरक करा.)
- आता सहजपणे जितका वेळ तुम्ही श्वास रोखून धरू शकता तितका वेळ रोखून धरा. मग उजव्या हाताच्या अनामिकेने उजवी नाकपुडी बंद करा. उजव्या नासिकेने रेचक करा. (श्वास बाहेर सोडा.)
- हे चंद्रभेदी प्राणायमाचे एक चक्र पूर्ण झाले. याच्या कमीत कमी

१२ चक्राचा सराव करा.

लाभ : चंद्रभेदी प्राणायम केल्यामुळे चित्त शांत होते. पचनशक्ती चांगली राहते. शरीर आणि मेंदूमधील उष्णता कमी होते. ड़ोकेदुखी, मानसिक अशांतता तसेच अनिद्रा दूर होते. साधकाच्या वागण्यामध्ये सकारात्मक दृष्टिकोन वाढतो.

कोणी करू नये : क़मी रक्तदाब असलेल्या लोकांना हे करू नये. थंडीच्या दिवसात याचा सराव करणे मना आहे.

७. सूर्यभेदी प्राणायम

- आसनावर पद्मासनाच्या मुद्रेमध्ये बसा. ड़ोळे बंद करा. डाव्या हाताने डाव्या गुढग्याला धरा.
- उ़जव्या हाताच्या अनामिकेने नासिकेचे डावी नाकपुडी दाबून बंद करा. उजाव्या नाकपुडीनेआवाज करीत श्वास आत घ्या. आपल्या क्षमतेनुसार श्वास रोखून धरण्याचा प्रयत्न करा.
- मग उजवी नाकपुडी बंद करून ड़ाव्या नाकपुडीने श्वास बाहेर टाका. सुरूवातीला याची कमीत कमी १५ चक्रे करा.

लाभ : या प्राणायमामुळे कफचा नाश होतो. शरीराची उष्णता वाढते. रक्त शुद्ध होते. पचनशक्ती वाढते. दम्यामध्ये हे अतिशय लाभदायी आहे. हे यौवन वर्धक प्राणायम आहे.

ध्यान

योगासनामध्ये चार प्रकार असतात- आसन, प्राणायम, ध्यान आणि सूर्य नमस्कार. ध्यान शब्दाची उत्पत्ती संस्कृत व्याकरणातील 'ध्येय' धातूपासून झाली आहे. त्याचा अर्थ आहे चिंतन, मनन आणि विचार करणे.

१. ध्यान

या आसनासाठी सर्वात आधी पद्मासनाच्या मुद्रेमध्ये बसावे. दोन्ही हात ज्ञानमुद्रेमध्ये ठेवावेत. ड़ोळे बंद. मान, कंबर आणि पाठीचा कणा सरळ रेषेत ताठ ठेवावा. चित्त एकदम शांत करावे आणि श्वास, प्रश्वास तसेच प्रश्वसन आसनामध्ये बसावे.

२. ॐ मंत्र ध्यान पद्धत

ॐ मंत्राचे ध्यान करण्यासाठी पद्मासनामध्ये किंवा सुखासनामध्ये बसावे. ड़ोळे बंद आणि दोन्ही हात ज्ञानमुद्रेमध्ये ठेवावेत. (तर्जनीच्या अग्रभागाने आंगठ्याच्या अग्रभागाला स्पर्श करावा.) क़ंबर, मान एकदम ताठ असायला हवी. चेहऱ्यावर शांत भाव आणि मन एकदम स्थिर असायला हवे. शरीरातील सर्व मांसपेशी मोकळ्या सोडाव्यात. शरीराने कोणत्याही प्रकारची हालचाल करू नये. त्यानंतर दीर्घ खोल श्वास घेऊन ॐ चे उच्चारण करावे. न थांबता ॐ चे उच्चारण प्रवाही स्वरूपात व्हायला हवे. आपले सर्व लक्ष उच्चारणाकडे असायला हवे. सुरूवातीला याचा सराव कमीत कमी ५ मिनिटे आणि नंतर हळूहळू याचा कालावधी वाढवित २०-२५ मिनिटे करावा.

लाभ आणि प्रभाव : उच्च रक्तदाब, तणाव, मलावरोध, ग़ॅस, अजीर्ण, मानसिक तणाव, हृदयरोग, वेडेपणा, एकाकीपणा, क्रोध कमी करणे. तोतरे बोलणे, अडखळत बोलणे यासारखे विकार या मंत्रोच्चारामुळे बरे होतात. यामध्ये काळजीपूर्वक विचार रोखून मेंदूला पूर्ण विश्रांती दिली जाते.

यामध्ये जगाचा नाही तर स्वतःचा साक्षात्कार होतो. ज्ञानाचा उदय होतो. ॐ मंत्रातील लयबद्धता तुमचे अलौकिक प्रभा मंडळ तेजस्वी करते. ॐ परमपिता परमेश्वराचे सर्वोत्तम नाव आहे. त्याचे उच्चारण करून आपण ब्रह्म, विष्णु आणि महेश यांना आवाहन करतो. तसेच त्यांचे गुण आपल्यामध्ये धारण करतो. आपण वर्तमानामध्ये जगायाला लागतो.

विशेष : डोळे बंद करून हात ज्ञानमुद्रेमध्ये ठेवून मनातल्या मनात या मंत्राचे उच्चारण करताना मनातल्या मनात अनाहत नाद ऐकण्याचा प्रयत्न करा.

३. गुंजन ध्यान

हे ध्यान करण्यासाठी पद्मासनामध्ये किंवा सुखासनामध्ये बसा. ड़ोळे बंद करून दोन्ही हात ज्ञानमुद्रेमध्ये ठेवा. मग खोल आणि दीर्घ श्वास घेत ॐ चा उच्चार करा. ॐ च्या उच्चारणावर जास्त लक्ष द्या. याचा सराव रोज कमीत कमी १० मिनिटे करायाला हवा.

लाभ : या ध्यानामध्ये ॐ चा ध्वनी निघतो तेव्हा मेंदूमधील सुप्त शक्ती जागृत होतात. मंत्र उच्चारण करीत असताना या स्वराचा उच्चार कंठातून होत असल्यामुळे त्याचा प्रभाव हृदयावर पडतो आणि रक्त शुद्ध होते. रक्ताभिसरण वाढते. याचा सराव केल्यामुळे घोरणे, दमा, खोकला यासारखे विकार दूर होतात. हे ध्यान छाती आणि गळयाला पुष्ट करते. ॐ ध्यानाचे दिव्य गुण क़र्म स्वभावाला आनंदमय कोष, विज्ञानमय कोष, मनोमय कोष, प्राणमय कोष यामध्ये धारण केल्यामुळे शरीर ज्ञानस्वरूप ब्रह्माला भेटते.

सूर्य नमस्कार

सूर्य नमस्काराला आपण संपूर्ण व्यायामही म्हणू शकतो. हे केल्यामुळे संपूर्ण शरीराला आरोग्य, शक्ती आणि ऊर्जा मिळते. तसेच सर्व अंग-प्रत्यंगामध्ये क्रियाशीलता येते. तुमच्याकडे जास्त वेळ नसेल तर सकाळी १० वेळा सूर्य नमस्कार केल्यामुळे तुमच्या शरीराचे सर्व प्रकारचे व्यायाम पूर्ण होतात. यामुळे शरीराला फक्त ऊर्जाच मिळते असे नाही तर तणावापासूनही मुक्तता मिळते. हे शरीरातील सर्व अंतरिक ग्रंथीचा स्त्राव (हार्मोनल स्त्राव) नियंत्रित करतो. यामध्ये एकूण १२ आसने आहेत. ....

१. सर्वात आधी दोन्ही हात जोडून (नमस्काराप्रमाणे) सरळ उभे रहा.

२. श्वास आत घेत तुमचे दोन्ही हात वरच्या दिशेला कानाला लावून वर करा. आता कंबर मागच्या दिशेला वळवा.

३. श्वास बाहेर काढीत, हात सरळ ठेवीत समोरच्या बाजूला वाका. हातांना पायाच्या डावी उजवीकडे करीत जमिनीला स्पर्श करण्याचा प्रयत्न करा. लक्षात ठेवा हे करीत असताना गुढगे नेहमी ताठ असायला हवेत.

४. श्वास आत घेत उजवा पाय मागच्या बाजूला न्यावा. मान मागच्या बाजूला झुकवावी. या स्थितीमध्ये थोडा वेळ रहावे.

५. आता श्वास हळूहळू बाहेर सोडीत ड़ावा पाय मागच्या बाजूला न्यावा. नंतर दोन्ही पायांच्या टाचा एकत्र करून शरीराचे वजन वर उचलण्याचा प्रयत्न करावा.

६. श्वास आत घेत खालच्या बाजूला यावे आणि झोपावे. पोट जमिनीपासून थोडे वर असायला हवे. आता श्वास सोडा.

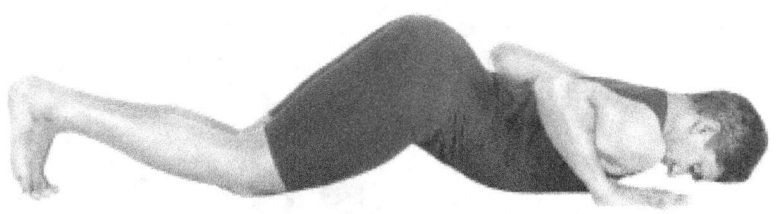

७. शरीराचा वरचा भाग श्वास आत घेत वर उचलावा. मान मागच्या बाजूला वळवावी. क़ाही सेकंद याच अवस्थते थांबावे. नजर नेहमी आकाशाकडे असायला हवी.

८. आता श्वास सोडीत आपला पृष्ठभाग (हिप्स) वरच्या बाजूला उचलावा आणि डोके खाली झुकवावे. टाचा जमिनीला लागलेल्या असाव्यात.

९. पुन्हा एकदा चौथी स्टेप करा. यासाठी आता डावा पाय समोर आणा. मान मागे झुकवित आकाशाकडे पहा.

१०. ड़ावा पाय परत आणा आणि उजव्याच्या बरोबर ठेवा. तिसऱ्या क्रमांकाच्या स्टेपमध्ये या म्हणजे गुढगे सरळ ठेवीत हात डावे- उजवे करीत पायाच्या शेजारी जमिनीला स्पर्श करा.

११. श्वास आत घेत दोन्ही हात कानाला भिडवून वरच्या दिशेला न्यावेत. मग पुन्हा मागच्या दिशेला झुकत दुसऱ्या स्टेपमध्ये यावे.

१२. पुन्हा पहिल्या स्थितीमध्ये या.

टीप : गर्भवती महिला, क़ंबर दुखी असणाऱ्या लोकांनी हे करू नये. गुढग्यामध्ये वेदना होत असतील तर काळजी घ्यावी. उच्च रक्तदाब असलेल्या रुग्णांनी हे हळूहळू करावे.

ज़ल, स्वर, टाळी आणि हास्य योग

योग उपचाराचे मुख्य भाग आहेत- आसन, प्राणायम, ध्यान आणि सूर्य नमस्कार. ज़ीवनाची गाडी रुळावरून निरोगी चालविण्यासाठी योग आवश्यक आहे. धावपळीच्या या जीवनशैलीमध्ये शारीरिक श्रम अतिशय आवश्यक आहेत. तज्ज्ञांचे असे म्हणणे आहे की, योगाला आपल्या जीवनशैलीचा भाग बनविणे अतिशय आवश्यक आहे.

योग मुले, प्रौढ, तरूण, आजारी व्यक्ती, स्त्री-पुरूष सर्वांसाठी एक आश्चर्यकारक औषध आहे. ज़लयोग, स्वरयोग, टाळीयोग आणि हास्य योग याच्या माध्यमातून आपण ज़न्मभर कशा प्रकारे निरोगी राहू शकतो, ते या लेखात जाणून घेऊ.

१. ज़ल योग

ज़ल योगामध्ये सकाळी प्रातः उषा- पान केले जाते. उषःकाळ त्याला म्हणतात जेव्हा तांबडे फुटायला लागते. रात्रीचा अंधार कमी व्हायला लागतो आणि हळू हळू प्रकाश व्हायला लागतो. उषा-पान करण्यासाठी रात्री झोपायच्या वेळी तांब्याच्या भांड्यामध्ये पाणी भरून ते झाकून ठेवायला हवे. सकाळी झोपेतून उठल्यावर यातील किमान एक ग्लास तरी पाणी प्यायला हवे. हळू हळू सवय झाल्यावर जास्तीत जास्त पाच ग्लास पाणी प्यायला हवे. पाणी पिऊन बसावे.

लाभ : उषा-पान केल्यामुळे शौचास मोकळे होते. मलावरोध नष्ट होतो आणि रात्रभर पोटात जमा झालेली उष्णताही कमी होते. आरोग्य शास्त्रानुसार प्रत्येक व्यक्तीने सर्व ऋतूमध्ये रोज किमान १०-१५ ग्लास पाणी प्यायला हवे. ज़लयोगामुळे आपल्या अमाशयाची स्वच्छता होते. पचनसंस्थेच्या दिशेने रक्ताचा प्रवाह वाढतो. त्यामुळे पोटाची प्रतिकारशक्ती वाढते. पूर्ण शरीराचे तापमान स्थिर राखण्यासाठी पाण्याची भूमिका महत्त्वाची असते. रक्ताच्या स्वरूपात पाणीच शरीरातील या भागातून त्या भागात प्रवाही होत संपूर्ण शरीराचे तापमान स्थिर ठेवते. पाणी गुर्दाची कार्यक्षमता वाढविते.

शरीरातून पित्त बाहेर काढणारे अवयव- गुर्दे, फुफ्फुसे, त्वचा आणि पचनसंस्थेमध्ये पुरेशी सक्रियता कायम ठेवते. पुरेशा प्रमाणात जलपान केल्यामुळे घाम, मल आणि लघवी तसेच शरीरातील विषारी घटक़ वेगाने बाहेर पडतात. आयुर्वेदानुसार उषा-पान करण्याला अमृत पान करणे समजले जाते.

२. स्वर योग

स्वर योगाचा अर्थ आहे श्वाच्छोश्वासाच्या गतीचा अभ्यास किंवा ज्ञान. ज़ेव्हा आपण उजव्या नाकपुडीने श्वास घेत असतो, तेव्हा त्याला सूर्य स्वर किंवा पिंगळा नाडी म्हणतात. तसेच जेव्हा आपण डाव्या नाकपुडीने श्वास घतो तेव्हा त्याला चंद्र स्वर किंवा ईडा नाडी म्हणतात. ज़ेव्हा हे दोन्ही स्वर दोन्ही नाकपुड्यातून सुरू असतात तेव्हा त्याला मध्य स्वर किंवा सुष्मना नाडी म्हणतात.

लाभ : स्नान करीत असताना उजवी नाकपुडी म्हणजे सूर्य स्वर सुरू असेल तर ज़े लोक अस्थमा, शीत प्रकृती, सर्दी आणि खोकला असणारे असतात, त्यांच्यासाठी ही विधी रामबाण काम करते.

- ज्यांना नेहमी मलावरोध राहतो, त्यांनी शौचास गेल्यावर सूर्य स्वर चालविला तर त्यांचा अनेक वर्षे जुना असलेला मलावरोध हळूहळू कमी होतो.
- तुम्ही तापाने परेशान असता तेव्हा चंद्र स्वर चालवावा. हळूहळू तुमचा ताप उतरतो.
- जेवण करीत असताना आपण जर उजवा स्वर चालविला तर ज़ेवण पचण्यासाठी मदत मिळते तसेच ग़ॅस, मलावरोध यासारख्या विकारांपासून जन्मभर मुक्तता मिळते.
- ज़्या लोकांना अनिद्रेचा त्रास होतो त्यांनी रात्री झोपताना डाव्या कुशीवर झोपावे आणि उजवा स्वर चालविण्याचा सराव करावा. त्यांना थोड्याच वेळात गाढ झोप लागते.
- रतिक्रिया करीत असताना पुरूषाचा सूर्य स्वर आणि स्त्रीचा चंद्र स्वर सुरू असेल, तर त्यांना रतिक्रिया करण्याचा तर आनंद मिळतोच, शिवाय ती महिला गरोदर राहण्याचीही जास्त शक्यता निर्माण होते.
- महत्त्वाची कामे जसे इंटरव्ह्यू, व्यापारी कामे यासाठी घरातून बाहेर पडताना आपला उजवा स्वर म्हणजे सूर्य स्वर सुरू असायला हवा आणि घराबाहेर आपला उजवा पाय आधी पडायला हवा, म्हणजे मग सर्व कामे मनासारखी होतात.
- ज़न्मभर निरोगी राहण्यासाठी आणि संपूर्ण आरोग्य मिळविण्यासाठी माणसाने रात्रीला सूर्य स्वर आणि दिवसा चंद्र स्वर चालवायला हवा.

आपल्या इच्छेनुसार स्वर बदलण्याची पद्धत :

- धावल्यामुळे किंवा व्यायाम केल्यामुळे आपल्या इच्छेनुसार स्वर बदलला जातो.

- तुम्हाला जो स्वर चालवायचा आहे, त्याच्या उलट कुशीवर झोपावे आणि दीर्घ श्वास घ्यावा. थोड्याच वेळात तुमचा स्वर बदलतो.
- स्वच्छ कापसाची वात करून त्या नाकपुडीला लावावी, ज़ो स्वर चालवायचा आहे, ती नाकपुडी उघडी ठेवावी. तोच स्वर मग चालायला लागतो.
- ज़ो स्वर चालवायचा आहे, त्याच्या विरूद्ध असलेला स्वर बंद करावा.

३. टाळी योग

'ॲक्युप्रेशर,' 'जिन शीन दो' आणि 'सुजोक' उपचार पद्धतीनुसार आपल्या हातावर सर्व आजार बरे करण्याचे बिंदू असतात. ते दाबल्यामुळे आजारात खूप लवकर बरे होता येते. टाळी योग त्याचाच एक प्रकार आहे. भजन किंवा एखादे गीत गात असताना टाळी वाजविण्याची परंपरा अनेक वर्षांपासून चालत आलेली आहे. टाळी वाजवून लोक आपला आनंद व्यक्त करीत असतात तसेच ते आपल्या आरोग्याचेही रक्षण करीत असतात.

टाळी वाजविण्यासाठी आपल्याला आपले दोन्ही हात एकमेकांवर जोर जोराने मारावे लागतात. असे केल्यामुळे आपल्या हातावरील सर्व बिंदू सक्रिय होतात आणि हळूहळू शरीरात पसरलेल्या आजारापासून सुटका होऊ लागते. टाळी योगाचे उत्तम उदाहरण आपल्याला मंदिरात मिळते. आपण टाळी वाजवून भजन-कीर्तन करीत असतो तेव्हा विशेष प्रकारच्या सूक्ष्म लहरी निर्माण होत असतात. ज़्या पूर्ण वातावरण आनंददायी करीत असतात. सतत टाळी वाजवित राहिल्यामुळे आपल्या शरीरातील रक्त कणांना शक्ती मिळते तसेच आपली रोग प्रतिकारक शक्तीही वाढते.

लाभ : ज़े लोक पचनसंस्थेचे विकार, ज़से- मलावरोध, गॅस, अपचन, भूक न लागणे यामुळे त्रस्त असतात, त्यांनी हा प्रयोग करावा. आपल्या उजव्या हाताची चार बोटे डाव्या हाताच्या तळव्यावर जोराने मारायला हवीत. रोज सकाळी ५ मिनिटे असा सराव करावा. टाळीचा आवाज प्रत्येक वेळी एख सारखाच यायला हवा, याकडे लक्ष ठेवायला हवे. क़ाही दिवसाच्या सरावाने तुम्ही या आजारापासून मुक्तता मिळवू शकता. क़ंबर दुखी, सांधे दुखी, सांधे विकार, मानदुखी, हे विकार असताना दोन्ही हाताचे तळवे एकमेकावर रोज १० मिनिटे मारून टाळया वाजविल्या तर क़ाही दिवसांच्या सरावाने या आजारापासूनही सुटका मिळते.

क़मी रक्तदाब असलेल्या लोकांसाठी टाळी योग एक रामबाण उपाय आहे. हे करण्यासाठी सरळ उभे राहून दोन्ही हातांनी समोर टाळी वाजवित ख़ालून वर नेत गोलाकार फिरावे. आपल्या हातांची दिशाही खालून वर जाताना गोलाकारच असायला हवी, याकडे लक्ष द्यावे. क़मी असलेला रक्तदाब सामान्य करण्यासाठी ही अतिशय चांगली पद्धत आहे. टाळी योगामुळे आपले हृदय आणि फुफ्फुसांना शक्ती मिळते.

तसेच कबंरं दुखी आणि सर्व्हायकलसारखे आजारही दूर होतात. आपल्या समोर टाळी योगाचे जिवंत उदाहरण म्हणजे किन्नर लोक आहेत. ज़्यांना कधीही हृदय विकार किंवा रक्तदाब होत नाही. टाळी योग केल्यामुळे आपण स्वतः ध्यानाच्या अवस्थेत जातो. त्याचा परिणाम म्हणून एकाग्र चित्त होण्यातील उणीव, मानसिक तणाव आणि चिडचिडेपणा यापासून मुक्त राहतो.

४. हास्य योग

माणसाच्या आत्म्याचे समाधान, शारीरिक आरोग्य आणि बुध्दीची क्षमता मोजण्याचे एकच साधन आहे, चेहऱ्यावर खुलणारा आनंद. आनंदी व्यक्ती जास्त काळ जीवन जगत असते. ज़गामध्ये हासणे म्हणजेच हास्य योग 'इंटरनल ॲप्रोव्हिक्स' किंवा 'इनर जॉगिंग' या नावाने ओळखला जातो. भारतवर्षामध्ये आपल्या योग्यांनी हास्य योगाचे महत्त्व सुमारे ६००० वर्षांपूर्वीच ओळखले होते. हास्य योगाचा आपल्या शरीरावर आणि आरोग्यावर किती परिणाम होतो, हे जर लोकांना एकदा कळले तर हाकिम, वैद्य आणि डॉक्टर यांचे काम फक्त आर्धेच शिल्लक राहील.

हासणे हे आरोग्यासाठी खूपच चांगले टॉनिक आहे. मोकळेपणाने हासल्यामुळे माणसाच्या रक्ताभिसरणाचा वेग वाढतो. पचन संस्था कौशल्याने काम करू लागते. इतकेच नाही तर आपली 'इम्युन सिस्टिम' मजबूत होते. आपल्या शरीरातून दूषित वायू म्हणजे कार्बन डाय ऑक्साईड बाहेर पडतो. आपल्या श्वास घेण्याची पूर्ण यंत्रणा व्यवस्थित काम करायला लागते. हासल्यामुळे जास्त घाम येतो, त्यामुळे आपल्या शरीरातील बरीचशी घाण बाहेर टाकली जाते. हास्य आपल्या शरीराला हालवून टाकीत असते, त्यामुळे आपल्या शरीरात अतिशय महत्त्वाची भूमिका बजावणारी अँडक्रॉम प्रणाली (हार्मोनल सिस्टिम) चांगल्या प्रकारे काम करू लागते. एका संशोधनानुसार हासल्यामुळे आपल्या शरीरातील ६०० मांसपेशींचा एकाच वेळी व्यायाम होतो.

भारतातील प्रसिद्ध योग गुरू

महर्षी पतंजली

भारताच्या इतिहासात असे अनेक ऋषी-मुनी आणि महापुरुष होऊन गेले आहेत, ज़्यांनी आपल्या आश्चर्यकारक आणि अतुलनीय योगदानाने भारत वर्षालाच नाही तर संपूर्ण विश्वाला लाभान्वित केले आहे तसेच भारताच्या गौरवात महत्त्वाची भर घातली आहे. याच महापुरूषांमध्ये भारतातील 'योगाचे जनक' महर्षी पतंजली यांचे नाव सुवर्ण अक्षरांनी लिहिले आहे. पतंजली काही फक्त योग गुरूच होते असे नाही तर ते खगोलतज्ज्ञ, व्याकरणाचे विद्वान, संगीतकार आणि ग़णितज्ज्ञही होते. पतंजलीचा अर्थ होतो, 'जे हातामध्ये पडले आहे.' त्यांच्या जन्माच्या बाबतीत पुराणांमध्ये असे वर्णण करण्यात आले आहे, की पतंजलीचा जन्म झाला नव्हता तर ते आकाशातून एका सुंदर कन्येच्या हातावर पडले होते. त्यावेळी त्यांचे स्वरूप एखाद्या मुलाचे नव्हते तर एका सापाचे होते. क़दाचित याच कारणामुळे पतंजलीला आर्धा माणूस आणि आर्धा साप या स्वरूपात दाखविले जाते. क़ाही विद्वानांचे मत असे आहे की, पतंजलीला आर्धा माणूस आणि आर्धा साप दाखविण्यामागे असे कारण आहे की जीवनातील दुहेरीपणापासून ते पूर्णपणे मुक्त होते.

असे म्हणतात की पतंजलीचा जन्म गोरनाघ (ग़ोनिया) मध्ये झाला होता. नंतर ते काशीतील नागकूपमध्ये राहत होते. क़ाही विद्वानांचे असे मत आहे की, ते थोर व्याकरणाचार्य पाणीनीचे शिष्य होते. पतंजली इ.पू. दुसऱ्या शतकात चर्चेत होते. आपली महान रचना 'योगसूत्र' शिवाय त्यांनी 'भाष्य काव्य' आणि 'चरक संहिता' यासारख्या महान ग्रंथांची रचना केली.

पतंजली इतके थोर उपचारक होते की, राजा भोजने त्यांना शरीराबरोबरच मनाचेही उपचारक असल्याचे म्हटले आहे. एकदा पतंजली म्हणाला होता, 'जोपर्यंत १००० लोक एकत्र येत नाहीत, तोपर्यंत आपण योगसूत्रावर काहीही बोलणार नाही.' म्हणून मग त्यांना ऐकण्यासाठी १००० लोक दक्षिण विंध्य पर्वतावर एकत्र आले. पतंजलीची आणखी एक अट अशी होती की, ते पडद्याच्या मागून

योगज्ञानाबद्दल सांगतील. त्यांचे सर्व शिष्य परेशान झाले होते, की हे काय होत आहे? ही एक आश्चर्यकारक घटना होती. आपल्या विद्यार्थ्यांना गुरू पडद्यामागे राहून एक शब्दही न बोलता समजावित होते आणि शिष्य सर्व काही समजून घेत होते.

प्रत्येक जण परेशान झाला होता. सर्व शिष्यांनी ऊर्जेचा विस्फोट अनुभवला. क़ाही शिष्यांच्या मनामध्ये उत्सुकता निर्माण झाली आणि त्यांनी पडद्याच्या मागे डोकावून पाहण्याचा प्रयत्न केला. या प्रयत्नामध्ये ९९९ शिष्य जळून खाक झाले. एक शिष्य जो लघुशंकेसाठी गेला होता, तो मात्र वाचला. त्याला नियमानुसार दंड मिळाला. पतंजलीला दया आली आणि त्याने त्याला ब्रह्मराक्षस केले. एका झाडावर लटकून टाकले. त्या ब्रह्मराक्षसाला मात्र स्वतंत्र करू शकेल असा कोणीही माणूस मिळाला नाही. तेव्हा पतंजली स्वतः तिथे एका शिष्याच्या रूपात आले आणि त्यां ब्रह्मराक्षसाने स्वतः त्यांना योगाचे ज्ञान दिले. अशा प्रकारे पतंजलींनी आपल्या शिष्याचा शिष्य होऊन त्याचा उद्धार केला.

योगी श्री लाहिडी महाशय

लाहिडींनी १९ व्या शतकामध्ये लुप्त झालेल्या 'क्रियायोगा' चा पुनरूद्धार केला. ते गुप्त आणि सर्व व्यापक गुरूंपैकी एक होते.

ते जेव्हा ३३ वर्षांचे होते तेव्हा त्यांची भेट पूर्व गुरू महावतार बाबाजींशी रानीखेत अल्मोडा इथे पर्वतावर झाली होती. ते त्यांचे आध्यात्मिक गुरू झाले. याच ठिकाणी लाहिडींनी हे कळले की ते पूर्व जन्मी या गुहांमध्ये अनेक वर्षे निवास करीत होते आणि ध्यान योगामध्ये मग्न राहत असत. महावतार बाबाजींनी त्यांना तिथे पूर्ण आणि चमत्कारिक सृष्टीचे ज्ञान अवगत करून दिले होते. तसेच त्यांनी अतिशय सावधानीपूर्वक 'क्रिया योग' ची साधन चार दीक्षांमध्ये विभक्त करून दिली होती. ज़ी प्रत्यक्ष उपयोगितेच्या दृष्टीने उत्तम होती.

लाहिडी महाशयांनी सुमारे ५,००० शिष्यांना क्रियायोगाची दीक्षा दिली. त्यातील अनेक शिष्य इंग्रज, युरोपियन आणि अमेरिकन होते.

परमहंस योगानंद

श्री योगानंद यांचा जन्म ५ जानेवारी १८९३ रोजी गोरखपूरमध्ये एका बंगाली कुटुंबात झाला. वडील भगवती चरण घोष यांनी त्यांचे नाव मुकुंद लाल घोष ठेवले होते. लहानपणापासूनच त्यांना पूर्व जन्मीच्या विचित्र आठवणी स्मरत होत्या. आई -वडील दोघेही संत स्वभावाचे संपन्न व्यक्ती होते. घरातील वातावरण पूर्णपणे शिस्तीचे, धार्मिक आणि शांत प्रकारचे होते. आठ बहीण-भावांमध्ये योगानंदजी चौथ्या क्रमांकाचे होते. आई -वडील दोघेही लग्नानंतर लगेच लाहिडी महाराजांचे शिष्य झाले होते.

योगानंदजींनी लहानपणापासूनच हिमालयात जाण्याची खूप इच्छा होती. आपल्या एका नातेवाईक भावासोबत त्यांनी अनेक वेळा घरातून पळून हिमालयात जाण्याचा प्रयत्न केला, पण प्रत्येक वेळी वडील किंवा जवळच्या नातेवाईकांनी त्यांना धरून घरी परत आणले. ख़रं तर ते जेव्हा आईच्या मांडीवर खेळत होते, तेव्हाच त्यांच्या आईला त्यांच्या निर्दिष्ट मार्गाची माहिती कळली होती. क़ारण त्यांचे गुरू लाहिडी महाशय यांनी त्यांना मांडीवर घेऊन आशीर्वाद दिला होता की, हा बालक एक थोर योगी होईल. एकदा एका पंजाबमधील साधूने स्वतः त्यांच्या घरी येऊन त्यांच्या आईला एक चांदीचे लहानसे कवच दिले होते आणि सांगितले, 'हे मुकुंदला तेव्हाच दे जेव्हा तो संसारिक जबाबदारीचा त्याग करून परमेश्वराचा शोध घेण्यासाठी निघेल. क़ाही वर्षानंतर हे कवच त्याचा उद्देश साध्य करून स्वतःच जिथून आले आहे तिथे परत जाईल.'

आपल्या आध्यात्मिक प्रवासातही त्यांना हिमालयात अनेक साधू, संत आणि महात्मे भेटले. एकदा ते श्री युक्तेश्वरजींना शरण गेले. तेव्हा त्यांच्याच प्रयत्नाने त्यांना कोलकत्याला जाऊन बी.ए. करण्याची प्रेरणा मिळाली. गुरुदेव त्यांना म्हणाले, 'योगानंद एके दिवशी तुला पाश्चात्य देशात जावे लागेल. तेथील लोक आपल्या लोकांच्या तुलनेत भारतीय जुने ज्ञान ग्रहण करण्यासाठी जास्त उत्सुक असतील.' नंतर गुरूच्या छत्रछायेत राहून त्यांनी भगवत् साक्षात्कारही मिळविला. योगानंदजींनी कॉलेजमधून पदवी घेतली. त्यानंतर युक्तेश्वर यांनी काही दिवसांनी इ.स. १९१४ मध्ये परंपरागतरित्या जुलै महिन्यातील एका गुरूवारी सन्यांशाची दीक्षा दिली. आपली शक्ती, ज्ञान आणि ऊर्जेने त्यांना पूर्णपणे ऊर्जान्वित केले. त्यानंतर जीवन यात्रा करीत करीत त्यांनी १९१८ मध्ये रांची इथे क़ासिम बाजारात 'योगदा सत्संग ब्रह्मचर्य विद्यालय" स्थापन केले. जिथे विद्यार्थ्यांना योग, ध्यान, आरोग्य आणि मानसिक आरोग्याचे शिक्षण दिले जात होते. १९२९ मध्ये अमेरिकेत झालेल्या एका संमेलनात ते भारताचे प्रतिनिधी म्हणून सहभागी झाले. त्यांनी अमेरिकेत अनेक ठिकाणी प्रवास केला आणि व्याख्याने दिली. नंतर १९३६ मध्ये त्यांना त्यांच्या शिष्यांनी भेट म्हणून सागर किनारी एक सुदंर आश्रम तयार करून दिला. त्याचे नाव आहे, 'ॲन्सेनटिस आश्रम'. इथे परमानंद हंस यांच्या शिष्याच्या वतीने सिद्धांताची योग क्रिया शिकविली जाते. ७ मार्च १९५२ रोजी परमहंस यांनी लॉस एंजिल्समध्ये आपला देहत्याग केला.

तिरूमलाई कृष्णमाचार्य

तिरूमलाई कृष्णमाचार्य संपूर्ण विश्वात आधुनिक योगाचे जनक म्हणून ओळखले जातात. मुख्यत्वे कृष्णमाचार्य एक उपचारक होते. कृष्णामाचार्य आयुर्वेद आणि योगाच्या संमिश्र उपचाराद्वारे उपचार

करीत असत. कृष्णामाचार्य यांना विन्यसचा वास्तुकार आणि हट योगाचा पुनरुद्धारक म्हणून ओळखले जाते.

त्यांचा जन्म मद्रास मधील एक लहानसे गाव मुचुकुंडपूरम इथे १८ नोव्हेंबर १८८८ रोजी झाला. त्यांचे वडील तिरूमलाई श्रीनिवास तट्टाचार्य एक प्रसिद्ध योग गुरू होते.

वयाच्या ६ व्या वर्षीच कृष्णामाचार्य यांची मूंज करण्यात आली. त्यानंतर त्यांनी अमरकोषातून संस्कृत भाषेचे ज्ञान मिळविले. तसेच आपल्या वडिलांच्या सहवासात त्यांनी वेद, शास्त्र, आसने आणि प्राणायामचे ज्ञान मिळविले. कृष्णमाचार्य १० वर्षाचे असताना त्यांच्या वडिलांचे निधन झाले. त्यामुळे मग त्यांना आपल्या कुटुंबासह म्हैसूरला जावे लागले. त्यानंतर त्यांनी म्हैसूरमध्ये आपले औपचारिक शिक्षण सुरू केले. कृष्णामाचारी यांनी आपली विद्वान परीक्षा म्हैसूरमध्ये पूर्ण केली. तसेच व्याकर, वेदांत आणि तर्क इ. चे ज्ञान मिळविले. वयाच्या १६ व्या वर्षी कृष्णामाचारी यांना एका विचित्र स्वप्नाने तामिळनाडूला जाण्यासाठी प्रेरित केले. तामिळनाडूला जाऊन त्यांनी आत्मिक सुख आणि आध्यात्मिक ज्ञान मिळविले. त्यानंतर त्यांनी आपला योगाभ्यास सुरू ठेवला. योगगुरू बाबू भगवानदास यांच्याद्वारा संख्य योगाचे शिक्षणही घेतले.

कृष्णामाचार्य यांचे असे म्हणणे होते की, रोग भलेही शरीराचा असला तरीही त्याची मुळे तन-मन आणि मेंदूशी जोडलेली असतात. आपल्या योगशैलीमध्ये कृष्णामाचारी प्राणायाम, आसन आणि ध्यानाकडे विशेष लक्ष देत असत. योग हा भारतासाठी अमूल भेट आहे, असे त्यांचे म्हणणे होते. कृष्णामाचारी यांनी दिलेल्या योग शिक्षणाचा मुख्य आधार पतांजली यांचे यज्ञसूत्र आणि योग याज्ञवल्क्य होते. कृष्णामाचारी यांनी म्हैसूरच्या राजाच्या संरक्षणाखाली संपूर्ण भारतात योगाचा प्रचार केला.

महर्षी महेश योगी

महर्षी महेश योगी (१२ जानेवारी १९१८- ५ फेब्रुवारी २००८) यांचे आधीचे नाव महेष प्रसाद वर्मा होते. महर्षीनी प्रौढ जीवनात महान दृष्टा आणि योगी अशी पदवी मिळविली होती. महर्षी महेश 'ट्रान्सड़ेन्टल ध्यान' या तंत्राचे संस्थापक आहेत.

महर्षी महेश, गुरू स्वामी ब्रह्मानंद सरस्वती यांच्या अनेक शिष्यांपैकी एक होते. एका लिपिकाची नोकरी सोडून एक योगी होण्याची त्यांची कथा अतिशय आश्चर्यकारक आहे. असे म्हणतात की एके दिवशी ते सायकलवरून आपल्या घरी जात होते. तोच त्यांच्या कानावर स्वामी ब्रह्मानंद यांचा आवाज आला. त्यांनी आपली सायकल एका बाजूला ठेवली आणि ते त्या शिबिरामध्ये गेले. त्यानंतर कधीही त्यांनी आपल्या घराकडे वळून पाहिले नाही. हिमालयातील ज्योतिर्मठात जेव्हा स्वामी ब्रह्मानंदजी

जेव्हा शंकराचार्य होते तेव्हा महषी तिथे त्यांचे सहाय्यक म्हणून राहत होते. महर्षी महेश यांनी 'भक्ती ध्यान'' च्या माध्यमातून संपूर्ण जगाला वैदिक वांडमयाची महत्ता पटवून दिली.

नालंदा आणि तक्षशीला विद्यापीठातील शैक्षणिक वैभव साकार करीत त्यांनी विद्यालय, महाविद्यालय आणि विद्यापीठ स्थापनेला गती दिली. महर्षींनी आपल्या पुस्तकातून वेदाचे ज्ञान विस्ताराने मांडले. आपला उपदेश देण्यासाठी आणि शिक्षणाचा प्रचार- प्रसार करण्यासाठी त्यांनी आधुनिक तंत्रज्ञान स्वीकारले. त्यांनी महर्षी मुक्त विद्यापीठ सुरू केले आणि ऑनलाईन शिक्षणाची सोय केली.

१९९० या वर्षी त्यांनी हॉलंडमधील त्योड्रॉप गावामध्ये आपल्या सर्व संस्थांचे मुख्यालय स्थापन करून ते कायम स्वरूपी तिथेच राहू लागले. तसेच आपल्या संघटनेशी संबंधित कार्यवाही करू लागले. ज़गभर पसरलेल्या सुमारे ६० लाख अनुयायांच्या माध्यमातून त्यांच्या संस्थांमध्ये आयुर्वेदिक उपचार आणि नैसर्गिक पद्धतीने तयार केलेल्या हर्बल औषधांच्या माध्यमातून त्यांच्या वापराला प्रोत्साहन दिले.

स्वामी राम

स्वामी राम यांचा जन्म इ.स. १९२५ मध्ये गढवाल इथे झाला. अतिशय लहान वयापासूनच त्यांचे पालन पोषण हिमालयातील त्यांचे गुरू 'बंगाली बाबा' यांनी केले. स्वामी राम आपल्या गुरूजींसोबत हिमालयातील अनेक मंदिरांमध्ये गेले. तिथे त्यांनी हिमालयातील अनेक साधु-संताकडून शिक्षण मिळविले. त्यांनी आपल्या महागुरूद्वारा तिब्बेट मधील एका भागातही शिक्षण घेतले.

इ.स. १९४९ ते १९५२ या काळात स्वामी राम यांनी दक्षिण भारतातील करवीर पीठामध्ये शंकराचार्य म्हणूनही काम सांभाळले. १९५२ मध्ये आपल्या गुरूजींकडे परत येऊन त्यांनी हिमालयातील गुहांमध्ये अनेक वर्षे आपल्या शिक्षणाचा सराव केला. त्यानंतर आपल्या गुरूजींच्या सांगण्यावरून स्वामी राम यांनी आपला जास्तीत जास्त वेळ पाश्चात्य देशांमध्ये शिक्षण देण्यासाठी व्यतित केला. स्वामी राम त्या पहिल्या योग्यांपैकी एक आहेत, ज्यांचे अध्ययन परदेशी शास्त्रज्ञांनी केले. १९६० च्या दशकामध्ये 'मॅनेजमेंट क्लिनिक' मध्ये क़ाही शास्त्रज्ञांनी स्वामी राम यांचा अभ्यास केला. ज़्यामध्ये ते आपली हृदयगती, रक्तदाब, शरीराचे तापमान आपल्या इच्छेनुसार मॅनेज करीत असत. स्वामी राम यांनी आपला पहिला योग आश्रम नेपाळमध्ये स्थापन केला. नंतर त्यांनी हा आश्रम स्वामी विशुद्ध देव यांच्याकडे सोपविला. स्वामी राम 'हिमालय इन्स्टिट्युट ऑफ योगा सायन्स अँड फिलॉसॉफी' चे संस्थापक होते. ज्याचे मुख्यालय पेनिसेलिव्हीयामध्ये होते. स्वामी राम यांनी अनेक पुस्तकांचे लेखन केले आहे. ज़्यामध्ये त्यांनी आपल्या योगी होण्याच्या गोष्टीपासून योग विद्या आणि ध्यान याबद्दल लिहिले आहे. १९९६ मध्ये त्यांचे निधन झाले.

बी.के.एस. अय्यंगर

बी.के. एस. अय़्यंगर, टी. कृष्णामाचारी यांच्या सुरूवातीच्या काही शिष्यांपैकी एक होते. अयंगर यांना लहान वयातच अनेक आजारांनी ग्रासले होते. त्यामुळे ते शारीरिक दृष्ट्या कमकुवत आणि दुबळे झाले होते. आपल्या याच समस्यांमुळे त्यांनी योगाचा स्वीकार केला आणि महर्षी पतंजली यांच्या योगसूत्राला एका नवीन आणि आधुनिक भाषेमध्ये परिभाषित केले. ज़े आज जगभरात 'अय्यंगर योग' या नावाने ओळखले जाते. त्यांचा जन्म १४ डिसेंबर १९१८ रोजी झाला.

अय्यंगर यांनी आपल्या वयाच्या १५ व्या वर्षी म्हैसूर येथे टी. कृष्णमाचारी, जे की नात्याने त्यांचे मेहुण होते, त्यांच्याकडे योग शिक्षण सुरू केले. इथे त्यांनी विविध प्रकारच्या योगासनांचे शिक्षण घेतले. त्यामुळे त्यांची रोगग्रस्त स्थिती सुधारू लागली. त्यानंतर १९३५ मध्ये जेव्हा अयंगर १८ वर्षांचे झाले तेव्हा त्यांचे गुरू कृष्णामाचारी यांना त्यांना एक योग शिक्षक म्हणून पुण्याला पाठविले. पुण्यामध्ये अयंगर यांनी आपला जास्तीत जास्त वेळ शिकणे, शिकविणे आणि योगाला नवीन स्वरूपात सादर करण्यामध्ये तसेच योगाचे आधुनिक प्रकार शोधण्यामध्ये घालविला.

इ.स १९५२ मध्ये अयंगर याची मैत्री प्रख्यात संगीतकार येहुदी मेनुह्दिन यांच्याशी झाली. ज़्यांच्यामुळे अय्यंगर जे फक्त भारतीय योग गुरू म्हणून ओळखले जात होते, त्यांना अंतरराष्ट्रीय पातीळवर ओळखले जाऊ लागले. त्यानंतर अयंगर पाश्चात्य देशात नियमित स्वरूपात योग शिक्षण देऊ लागले. त्यांचे योग प्रशिक्षण जगभर प्रसिद्ध होऊ लागले.

इ.स. १९५६ मध्ये अयंगर यांचे पहिले पुस्तक 'लाईट ऑफ योगा' प्रकाशित झाले. ज़े अंतरराष्ट्रीय पातळीवर खूप लोकप्रिय झाले. इ.स. २००५ मध्ये हेच पुस्तक जगभरातील १७ भाषांमध्ये प्रकाशित करण्यात आले. इ.स. १९७५ मध्ये अय़ंगर यांनी आपल्या स्वर्गवासी पत्नीच्या स्मरणार्थ 'रमणी अयंगर ममोरियल इन्स्टिट्युट' ची स्थापना केली. ज़ी पुण्यामध्ये आहे. १९८४ मध्ये ते अधिकृतरित्या योगापासून निवृत्त झाले. तरीही ते योगाच्या जगात जगभर काम करीत राहिले. ते वेळोवेळी विशेष वर्गांमध्ये आणि कार्यक्रमांमध्ये आपले ज्ञान देत राहिले. त्यांची कन्या गीता आणि चिरंजीव प्रशांत हे सुद्धा अंतरराष्ट्रीय पातळीवर योग गुरू म्हणून प्रसिद्ध आहेत.

ही त्यांची योगामधील शिस्तच होती की ज़्यामुळे १९९६ आणि १९९८ मध्ये असे दोन वेळा हृदय विकाराचे झटके येऊन गेल्यावरही ते निरोगी जीवन जगत होते.

इ.स. २००५ मध्ये ते आपले पुस्तक 'लाईट ऑन लाईफ' चा प्रचार करण्यासाठी अमेरिकेला गेले. सॅनफ्रान्सिसको शहरातील बोर्ड सुपरवायझर्सनी ३ ऑक्टोबर २००५ रोजी 'बी.के. अय्यंगर डे'' साजरा केला.

अयंगर यांना ज़गातील सर्वात प्रचलित आणि यशस्वी योग महागुरूच्या रूपात ओळखले जाते.

२० ऑगस्ट २०१४ रोजी बी.के.एस. अय्यंगर यांचे निधन झाले. असे म्हणतात की आपल्या वयाच्या ९५ व्या वर्षीही ते शीर्षासन करीत असत.

स्वामी वेद भारती

स्वामी वेद भारतींचा जन्म १९३३ मध्ये डेहराडून इथे झाला. मुख्य स्वरूपात स्वामीजीचे कुटुंबीय संस्कृत भाषी होते. वयाच्या ४थ्या वर्षापासूनच स्वामीजी आपल्या वडिलांकडे संस्कृतचे शिक्षण घेत होते. वयाच्या ९ व्या वर्षीच ते उत्तर भारतात एक उपदेशक म्हणून प्रसिद्ध झाले. स्वामीजी वेद, हिंदु आणि बौद्ध धर्मावर उपदेश करीत असत.

एक दिवसही शाळेत न जाता स्वामीजींनी फक्त योग, ध्यान आणि आध्यात्माचे गुढ ज्ञान मिळविले. इतकेच नाही तर त्यांनी हॉलंडमध्ये बी.ए. आणि डी. लीट या पदव्याही मिळविल्या. स्वामीजी संस्कृत भाषेतील एक थोर विद्वान असण्याबरोबरच पाली आणि इतर उत्तर भारतीय भाषांमधीलही ज्ञाता होते. स्वामीजींनी अनेक पुस्तके आणि लेख लिहिले आहेत. १९६६-१९७३ या काळात स्वामीजींनी मिनेसोटा, युएसए मध्येही शिक्षण घेतले. पतंजलीच्या योगसूत्रावर १५०० शब्दांची टीकाही त्यांनी लिहिली. ज़ी स्वामीजींची एक महत्त्वाची रचना आहे. स्वामीजी असे मानतात की, योग आणि ध्यान स्वंयशासनाचे शास्त्र आहे. त्याची एक कला आहे. हिमालयामध्ये हजारो वर्षांपासून आपल्या ऋषी-मुनींनी ध्यान-योगाची जी परंपरा विकसित केली आहे, स्वामीजी तिच परंपरा पुढे नेण्याचे काम करीत आहेत.

ऋषीकेशमधील एका टोकावर असलेल्या रामसाधक गावात स्वामीजी सध्या राहतात. हा स्वामी वेद भारतींचा आश्रम आहे. स्वामीजी येथील महामंडळेश्वर आहेत. स्वामी वेद भारती जगभरात योग आणि आध्यात्माचा प्रचार करणारे हिमालयातील स्वामी राम यांचे शिष्य आहेत. म्हणूनच स्वामी वेद भारती यांना 'हिमालय परंपरेतील योगी' असेही म्हटले जाते.

धीरेंद्र ब्रह्मचारी

धीरेंद्र ब्रह्मचारी यांचा जन्म १२ फेब्रुवारी १९२४ रोजी मधुबनी (बिहार) मध्ये झाला होता. त्यांचे आधीचे नाव धीरेंद्र चौधरी होते. धीरेंद्र ब्रह्मचारी यांना भारताच्या माजी पंतप्रधान श्रीमती इंदिरा गांधी यांना योग संरक्षण देणारे म्हणून ओळखले जाते.

धीरेंद्र यांचे योग आश्रम भारतातील अनेक शहरांमध्ये आहेत. ज़से दिल्ली, जम्मू-काश्मिर, क़टरा, इ.

वयाच्या १३ व्या वर्षी भगवत गीतेमुळे प्रेरित होऊन धीरेंद्रजी आपले घर सोडून वाराणशीला निघून गेले. त्यानंतर लखनौपासून १२ मैल अंतरावर असलेल्या ग़ोपाल खेडा येथे धीरेंद्रजींनी आपले योग गुरू महर्षी क़ार्तिकेय यांच्या देखरेखीखाली योगविद्या शिकली.

इसवीसन १९६० मध्ये धीरेंद्रजीनी रशियामध्ये जाऊन तिथे हटयोगाचे शिक्षण देण्याची संधी मिळाली.

१९७० मध्ये दूरदर्शनवरही धीरेंद्रजी यांचे योगाचे कार्यक्रम प्रसारित करण्यात आले. त्यांनी दिल्लीच्या केंद्रशासीत प्रदेशातील सर्व शाळांमध्ये योगाला एक विषय म्हणून मान्यता मिळवून दिली. १९८१ मध्ये त्यांनी मानव संसाधन विकास मंत्रालयाच्या अखत्यारीतील सर्व शाळांमध्ये योगाचा एक विषय म्हणून समावेश केला. धीरेद्रं ब्रह्मचारी यांनी नवी दिल्ली इथे 'मोरारजी देसाई नॅशनल इन्स्टिट्युट' या नावाचा एक योग आश्रमही स्थापन केला.

त्यांनी योगावर आधारित अनेक पुस्तके हिंदी आणि इंग्रजी भाषेत लिहिली. 'यौगिक सूक्ष्म व्यायाम' आणि 'योगा आसन विज्ञान'. ९ जून १९९४ रोजी एका विमान अपघातात स्वामी धीरेंद्र ब्रह्मचारी यांचे निधन झाले.

बाबा रामदेव

बाबा रामदेव यांचा जन्म अलीपूर गाव, महेंद्रगढ तहसील, हरियाणा इथे झाला. सध्याच्या काळात योग प्रचलित आणि लोकप्रिय करण्यामध्ये बाबा रामदेव यांची भूमिका महत्त्वाची आहे. बाबा रामदेव यांनी योग घरोघरी पोहचविला आहे. बाबा रामदेव यांनी ४ फेब्रुवारी २००५ रोजी हरिद्वार येथे पतंजली योगपीठाची स्थापना केली आहे.

आज योगाला जी काही लोकप्रियता मिळत आहे, त्याचे कारण त्याला व्यवहार्य आणि सोपे बनवून सादर करणे हेही आहे. त्यामध्ये स्वामी बाबा रामदेव यांचे योगदान खूप महत्त्वाचे आहे. बाबा रामदेव यांनी आपले पुस्तक 'योग साधना', 'योग चिकित्सा रहस्य' आणि 'प्राणायम रहस्य" मध्ये योगाबद्दल सविस्तार सांगितले आहे. पतंजली योगपीठाच्या माध्यमातून प्रशिक्षित आणि प्रमाणित योग गुरूच्या माध्यमातून आधुनिक पद्धतीने टीव्ही आणि इंटरनेटद्धारेही योगाचा प्रचार -प्रसार केला जात आहे. देशाच्या सामाजिक, राजकीय आणि आर्थिक व्यवस्थेमध्ये शारीरिक, मानसिक आणि आध्यात्मिक आरोग्याची देखभाल करण्यासाठी योगाचा प्रचार करून स्वामी रामदेव यांनी आपले महत्त्वाचे योगदान दिले आहे.

बाबा रामदेव यांनी अष्टाध्यायी, महाभाष्य, उपनिषिदे या स्वरूपात भारतीय शास्त्रातील अनेक प्रकारचे ज्ञान दिले आहे. स्वामीजींनी भारतातील धरोरा, किशनगढ आणि महेंद्रगढ येथे अनेक गुरूकुलांची स्थापना केली आहे.

क़ाही लोकप्रिय सूत्रानुसार स्वामी रामदेव यांनी आपल्या लकवाग्रस्त स्थितीवर योगाच्या माध्यमातून उपचार केला आहे. त्याचे ते स्वतः एक उदाहरण आहेत. स्वामी रामदेव आज संपूर्ण जगात योग शास्त्राची अनेक शिबिरे आयोजित करतात. अशा प्रकारे ते भारतासह संपूर्ण जगामध्ये २१ व्या शतकातील योगाचे महागुरू म्हणून ओळखले जातात.

भरत ठाकूर

भरत ठाकूर अंतरराष्ट्रीय पातळीवर एक आध्यात्मिक गुरू म्हणून ओळखले जातात. भरत ठाकूर

यांना ‘कलात्मक योगा’ चा संस्थापक असेही म्हटले जाते. ज़गातील प्रसिद्ध नियतकालिक ‘टाइम मॅगझिन’ ने भरत यांना ‘लिव्हिंग हिमालयीन मास्टर’ म्हटले आहे.

भरत यांनी योग शिक्षणाची सुरूवात अतिशय लहान वयातच केली. वयाच्या अवघ्या ४ थ्या वर्षी भरत यांची त्यांचे गुरू श्री सुखदेव ब्रह्मचारी यांनी हिमालयात न्यायच्या मुलांमध्ये निवड केली. आपल्या गुरूच्या मार्गदर्शनाखाली भरत यांनी योगाचे खोलवर शिक्षण घेतले. जिथे त्यांनी प्रामुख्याने हठयोग, अष्टांग योग, कर्मयोग, कुंडलिनी योग आणि योगाचे इतर घटक जसे आसन, प्राणायम, ध्यानाचे शिक्षण घेतले. याच्या बरोबरीनेच भरत य़ांनी आयुर्वेद आणि तंत्र-मंत्र या विषयाचेही शिक्षण घेतले. सूत्रांकडून अशीही माहिती मिळाली आहे की, भरत यांनी सुफी, जैन आणि बौद्ध धर्माचाही अभ्यास केला आहे.

हिमालयातून परत आल्यावर भरतने आपले सामान्य शिक्षण पूर्ण केले. ग़्वालियरमधून त्यांनी पदवीचे तसेच व्यायाम, शारीरिक आणि योग शिक्षणही पूर्ण केले.

भरत ठाकूर यांनी रचलेले ‘आर्टिस्टिक योग’ (क़लात्मक योग शैली) मध्ये प्राचीन योग तंत्र २१ व्या शतकातील नवीन स्वरूपात सादर केले आहे. या योगशैलीमध्ये शक्ती, लवचिकता, क्षमता आणि संतुलन यावर विशेष भर देण्यात आला आहे.

भरत यांनी योगावर ७ वेगवगेळी पुस्तके लिहिली आहेत. तसेच त्यांनी आपल्या योगशैलीचा इंग्लंड, अमेरिका, सिंगापूर आणि रशियामध्ये प्रचार प्रसार केला आहे.

भरत तणाव व्यवस्थापन आणि ध्यान यावर आधारित वर्कशॉप्सचेही आयोजन करतात.

भरत ठाकूर यांच्या योगशैलीचा स्वीकार करणाऱ्यांमध्ये फक्त भारतीयच आहेत, असे नाही तर संपूर्ण जगातील प्रसिद्ध व्यक्तींचा समावेश आहे. त्यामध्ये मायकल डगल्स, बोरीस बेकर, शेन वॉर्न, क़रिना कपूर, रतन टाटा, अनुष्का शंकर, सलमान खान यांचा समावेश आहे.

विक्रम चौधरी

विक्रम चौधरी एक भारतीय योग गुरू आहेत. त्यांचा जन्म १० फेब्रुवारी १९४६ रोजी कोलकत्यामध्ये झाला. मूळ स्वरूपात विक्रम ‘विक्रम योगा’ चे रचनाकार म्हणून ओळखले जातात. विक्रम योग एक प्रकारचा हॉट योगा आहे. ज़्यामध्ये हटयोगातून घेण्यात आलेल्या २६ आसनांना उष्ण वातावरणात केले जाते.

विक्रम सांगतात की वयाच्या वीसाव्या वर्षीच ते एका वजन उचलण्याच्या स्पर्धेच्या वेळी झालेल्या अपघातात गंभीर जखमी झाले होते, पण योगातील २६ आसने नियमित स्वरूपात केल्यामुळे त्यांच्या आरोग्यात सुधारणा झाली. १९७० मध्ये विक्रम यू.एस.ए. मध्ये जाऊन स्थायिक झाले. तिथे त्यांनी कॅलिफोर्निया आणि हवाई मध्ये आपल्या योग स्टुडिओची स्थापना केली. १९९० मध्ये विक्रम यांनी आपल्या योगशैलीचे सर्टिफिकेट कोर्सेस सुरू केले. विक्रम यांनी योगावर दोन पुस्तकेही लिहिली आहेत.

OOO